சப்தங்கள்

சப்தங்கள்

அரிசங்கர்

எதிர்
வெளியீடு

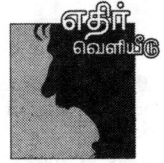

சப்தங்கள்
அரிசங்கர்

முதல் பதிப்பு: ஜனவரி 2023
எதிர் வெளியீடு,
96, நியூ ஸ்கீம் ரோடு, பொள்ளாச்சி – 642 002
தொலைபேசி: 04259 226012, 99425 11302

விலை: ரூ. 230

Sapthangal
Harisankar

Copyright © Harisankar
First Edition: January 2023

Published by
Ethir Veliyeedu, 96, New Scheme Road, Pollachi - 2
email: ethirveliyedu@gmail.com
www.ethirveliyeedu.com

ISBN: 978-81-959664-5-5
Cover Design: Harisankar
Printed at Jothy Enterprises, Chennai.

All rights reserved. No part of this book may be reprinted or reproduced or utilised in any form or by any electronic, mechanical or other means, now known or hereafter invented, including Photocopying and recording, or in any information storage or retrieval system, without permission in writing from the Publisher.

எழுத்தாளர், விமர்சகர், நாடக ஆசிரியர்
வெளி ரங்கராஜன்
அவர்களுக்கு

நன்றி

*சிறுகதை, மிளிர், உயிர்மை, அகநாழிகை,
பதாகை, விகடன், புரவி, மன்றில், கனலி, பிஞ்ச்*

சில சொற்கள்...

'சப்தங்கள்' என் நான்காவது சிறுகதைத் தொகுப்பு. கடந்த ஓராண்டில் எழுதப்பட்டக் கதைகள். எப்பொழுதுமே எனது கதைகள் அது எழுதப்பட்ட காலத்தில் இருந்த எனது மனநிலை மற்றும் வாசிப்பின் வெளிப்பாடுகளைக் கொண்டே இருந்துவருகிறது. எது எப்படியிருந்தாலும் என் கதைகளில் பெரும்பாலும் இருப்பது உண்மை மனிதர்கள் தான் என்று என்னால் உறுதியாகக் கூறமுடியும். இக்கதைகளை வெளியிட்ட *சிறுகதை, மிளிர், உயிர்மை, அகநாழிகை, பதாகை, விகடன், புரவி, மன்றில், கனலி, பிஞ்ச்* ஆகிய இதழ்களுக்கும், இத்தொகுப்பை வெளியிடும் எதிர் வெளியீடு அனுஷ் அவர்களுக்கும் எனது நன்றிகள்.

- அரிசங்கர்

உள்ளடக்கம்

பகுதி 1

- ஆர்டிஸ்ட் | 13
- காட்சித் துகள்கள் | 24
- துரதிர்ஷ்டம் நிரம்பி வழியும் மஞ்சள் நிறப் பூ | 34
- தகிக்கும் நிமிடங்கள் | 47
- அவரவர் நியாயம் | 58
- நேற்று போல் இன்று இல்லை | 70
- சப்தங்கள் | 79
- சாவு வீடு | 87
- பரிபூரணம் | 96

பகுதி 2

- வெளியேற்றம் | 111
- இன்னும் வாங்கப்படாதவர்கள் | 120
- கதாபாத்திரத்தை காணவில்லை | 128
- குற்றத்தின் கண்கள் | 138
- மாற்றப்பட்ட விதைகள் கொண்ட மனிதன் | 148
- இரவுக்காட்சி | 159

பகுதி 1

ஆர்டிஸ்ட்

நான் மிகவும் வெறுப்பில் இருந்தேன். அவன் என் அருகிலிருந்து எழுந்து சென்று பத்திலிருந்து பதினைந்து நிமிடங்கள் இருக்கலாம். ஆனால், ஒவ்வொருமுறையும் அவன் வந்துபோனதும் அவன் என் மூளைக்குள் செய்துவிட்டுப் போகும் செயலின் தாக்கம் குறையக் குறைந்தது இரண்டு நாட்களாவது ஆகிறது. துரதிர்ஷ்டவசமாக மறுநாளே அதேபோல் வேறு ஒருவன் வந்து என் மனநிலை சரியாகாமல் பார்த்துக்கொள்வான். நான் ஒரு வடிவமைப்பாளன். பெரும்பாலும் புத்தகங்கள் மற்றும் பத்திரிகைகள் வடிவமைக்கிறேன். முன்பு ஒரு பெரிய தனியார் நிறுவனத்தில் வடிவமைப்பாளராக வேலை செய்துகொண்டிருந்தேன். பிறகு அதை விட்டுவிட்டு சொந்தமாகப் பிடித்த ஒன்றைச் செய்யலாம் என்று இதைத் தொடங்கினேன். முன்பு என் நண்பன் ஒருமுறை சொன்னான். அவன் ஒரு உதவி இயக்குநர். தீவிர சினிமா காதலன். பெரிய படிப்பு, கைநிறைய சம்பளம். அனைத்தையும் விட்டுவிட்டு கனவு, லட்சியம் என்று ஓடிவந்தான். அவன் உதவி இயக்குநராகி மூன்று ஆண்டுகளுக்குப் பிறகு ஒருமுறை அவனிடம் பேசிக்கொண்டிருந்தபோது, "மச்சான், நாம புடிச்ச வேலைய நாம விரும்பி செய்யலாம்னு எறங்கும்போது, நம்பக் கூட இருக்கறவங்க ரொம்ப முக்கியம்டா, அவங்க ஒருவேளை சரியா அமையலனா, எது நம்பக் கனவோ, லட்சியமோ அதுமேலயே நமக்கு வெறுப்பு வர வெச்சிடுவானுங்க" என்றான். கிட்டத்தட்ட நானும் அதே நிலையில் தான் இருக்கிறேன்.

அனைத்து வேலையிலும் அதன் உச்சத்தைத் தொட்டு, தான் அதில் ஒரு தேர்ந்த கலைஞன் என்று நிரூபிக்க

ஒரு இடம் இருக்கும். ஒரு டீ மாஸ்டர் டீயை ஆற்றுவதில் கூட ஒரு கலைஞனுக்கான ஒரு இடத்தைப் பெறலாம். எனது வேலையில் அதற்கான சாத்தியம் மிக அதிகமானது. ஆனால், அதை நான் எவ்வாறு செய்வது. இதோ, இப்போது எழுந்து சென்றானே, ஒரு இலக்கிய இதழ் (?) நடத்துகிறான். சில சமயம் மாதமொரு முறை வெளிவரும், சில சமயம் இரண்டு மாதங்களுக்கு ஒருமுறை. திடீரென்று ஒரு ஆறுமாதம் வராது. காணாமல்போய் விடுவான். பிறகு சட்டென முகநூலில் ஒரு அறிவிப்பு வரும். நான்தான் அவனுக்குத் தொடர்ந்து இதழ்களை வடிவமைத்து வருகிறேன். ஒவ்வொரு முறையும் மூன்று நாட்கள் என்னுடனேயே இருப்பான். காலையில் பத்து மணிக்கு ஆரம்பித்து இரவு அவனுக்கு தூக்கம் வரும் வரை. இதழில் பெரும்பாலும் சிறுகதைகள் மற்றும் கவிதைகள், சில புத்தக விமர்சனங்கள். அரிதாக எப்போதாவது சில கட்டுரைகள். இதில் கவிதைகள் அதிகப் பக்கங்களை எடுத்துக்கொள்ளும். அது தான் அவனுடைய பொருளாதாரத்திற்கும் அடிப்படை. புதிதாக எழுத வந்தவர்கள் தான் அவன் இலக்கு. அதுவும் கொஞ்சம் வசதியுடையவர்களோ அல்லது அரசாங்கத்தில் பெரிய பொறுப்பில் இருப்பவர்களோ சிக்கிவிட்டால் அவர்களை அடுத்த ஆறு மாதத்தில் ஒரு கவிதைத் தொகுப்பைப் போட வைத்துவிடுவான். அதன் மூலம் ஒரு ஆறுமாதத்திற்குத் தேவையானதைக் கறந்துவிடுவான். எளிய ஆர்வமுள்ளவர்கள் சிக்கினால் இரண்டு ஆண்டு அல்லது ஐந்து ஆண்டு சந்தா கட்டுங்கள் என்பான். சிலர் ஆர்வக் கோளாறில் கடன் வாங்கியோ அல்லது எதையாவது அடகுவைத்தோ ஆயுள் சந்தா கட்டுவார்கள். அவன் பக்கங்களில் கவிதைகள் நிரப்புவது எப்படியிருக்குமென்றால், ஆட்டோக்களில் பள்ளிக் குழந்தைகளை வழிய வழியக் கொண்டு செல்வார்களே அதே போன்று தான் இருக்கும். அவனுடன் செய்யும் வேலையில் எந்த கலை நேர்த்திக்கும் இடமிருந்ததில்லை. என்னிடம் வரும் பெரும்பாலானவர்கள் இப்படித்தான். சில பத்திரிக்கைகளைப் பார்க்கும்போதெல்லாம் பொறாமையாகக் கூட இருக்கும். நாம் எப்போது இதெல்லாம் செய்யப்போகிறோமென்று. ஆனால், என் போராட்டம் இவர்களோடு தான்.

இவர்களுடன் போராடுவதில் அடுத்தகட்டம் ஒன்று இருக்கிறது. அது இன்னும் சுவாரஸ்யமானது. அதாவது அதைப் பற்றிக் கேட்பவர்களுக்கு தான் சுவாரஸ்யமானது. உண்மையில் என்னைப் போல் சம்பந்தப்பட்டவர்களுக்கு அது மிகவும் வயிற்றெரிச்சலானது.

அது இவர்களிடம் செய்த வேலைகளுக்குப் பணம் வாங்குவது. இரண்டு மூன்று நாட்கள் நம்முடன் உட்கார்ந்து நம் உயிரை எடுத்துவிட்டு அதற்கான பணத்தைக் கேட்கும் போது அவர்கள் வாயிலிருந்து வரும் பதில்கள் விநோதமாக இருக்கும். உதாரணத்திற்கு சில:

“என்னங்க அவசரப்படறீங்க, மொதல்ல பிரிண்டருக்கு தாங்க கணக்க முடிக்கனும். அப்பத்தான் புக் வெளிய வரும். உங்களுக்கு அதுக்கப்பறம் பாக்கலாம்.” (‘ஏன் எனக்கெல்லாம் வயிறு இல்லையா’ என்று கேட்கத் தோன்றும். இதுவரை கேட்டதில்லை.)

“என்னங்க இதுக்குப் போயி இவ்ளோ கேக்கறீங்க. சும்மா நான் குடுத்த டெக்ஸ்ட ஃப்ளோ பண்ணிக் கொடுத்தீங்க. நான் கொடுத்த படத்துல டெக்ஸ்ட் வெச்சி கொடுத்தீங்க. அதான. இதுலாம் ஒருவேலையா.”

“நான் எப்பவுமே அவர் கிட்டத்தான் பண்றது. அவருக்கு வேற ஒரு அவசர வேலைன்னுதான் இங்க வந்தேன். காசு கேப்பீங்கன்னு தெரிஞ்சிருந்தா வந்திருக்கமாட்டேன். (அந்த அவர் ஓசிலத்தான் செய்கிறார் போல.)”

சட்டென தன் தொலைபேசியை எடுத்து யாருக்கோ அழைத்து, “ஏங்க, நீங்க சொன்னீங்கன்னுதான் இவருகிட்ட வந்தேன். இவரு இன்னாங்க இவ்ளோ கேக்கறாரு.”

“சார், என்னங்க சார் காசுலாம் கேக்கறீங்க. இது இலக்கியத்துக்கு செய்யற சேவை சார். நான்லாம் என் புக்குக்கு ராயல்டியே வாங்கனது இல்ல தெரியுமா. சொந்தக்காசு போட்டுதான் இலக்கியத்துக்குச் சேவை செய்யறன். இதப் பிரிண்ட் பண்ணிக்கூட இலவசமாத்தான் கொடுக்கப்போறேன். (இதைச் சொன்னவரும் அவர் மனைவியும் மாதம் ஆளுக்கு ஒரு லட்சத்துக்கு மேல் சம்பளம் வாங்கும் அரசு ஊழியர்கள்).

இவர்களிடம் வேலை செய்து சம்பாதித்து ஒருவேளை சோறு சாப்பிடுவதற்குள்...

ஒருவாரத்திற்கு எந்த வேலையையும் செய்யக்கூடாது என்று முடிவெடுத்தேன். இப்படியே தொடர்ந்தால் எதாவது ஒருகட்டத்தில் அருகில் இருப்பவரை ஏதாவது செய்துவிடுவேனோ என்று அச்சமேற்பட்டது. கணினி இருந்த திசையின் பக்கமே

போகவில்லை. கடற்கரைக்குச் சென்றேன். பூங்காக்களுக்குச் சென்றேன். நேரம் குறித்து வைத்துக்கொண்டு சில கோவில்களுக்குச் சென்றேன், பிரசாதத்திற்காக. இரவு உணவு செலவு மிச்சமாகும். சில பதிப்பகங்களுக்கு சென்றேன். உட்காரவைத்து டீ கொடுத்தார்கள். நீண்ட நேரம் பேசினார்கள். பெரும்பாலும் தாங்கள் தமிழ் இலக்கியச் சூழலில் இருக்கும் ஒரே நேர்மையானவர்கள் என்று சொன்னார்கள். கடைசிவரை கொடுக்க வேண்டிய பணம் மட்டும் அவர்கள் ஞாபகத்திற்கு வரவேயில்லை. அடுத்தமுறை வரும்போது மருந்தகத்தில் விற்கும் வல்லாரை மிட்டாய் வாங்கிக்கொண்டுவந்து இவர்களுக்குக் கொடுக்க வேண்டுமென்று நினைத்துக்கொண்டேன். நான்கு நாட்கள் இப்படியே ஓட்டினேன். ஐந்தாவது நாள் மாலை எனது கைப்பேசிக்கு ஒரு அழைப்பு வந்தது, ஒரு சிற்றிதழ் வடிவமைக்க வேண்டுமென்று. சரியென்று சொல்லிவிட்டேன். ஏன் அப்படிச் சொன்னேன் என்று தெரியவில்லை. அந்தக் குரல், அதிலிருந்த ஒரு தீவிரம். உண்மையில் அதுதான் என்னுள் சரியென்று சொல்ல வைத்தது. இரண்டு நாட்கள் கழித்து மீண்டும் அந்த எண்ணிலிருந்து ஒரு அழைப்பு, "தம்பி சென்னை வந்துட்டேன். மதியத்துக்கு மேல வரேன் வேலைய ஆரம்பிச்சிடலாம்." மீண்டும் என்னையும் அறியாமல் சரியென்று சொல்லி தொலைபேசியை வைத்தேன். வேறு எந்த தகவலும் இல்லை. அவர் எந்தக் கோப்புகளையும் எனக்கு மின்னஞ்சல் செய்யவேயில்லை. என்ன அளவு, எத்தனைப் பக்கம், வடிவமைப்புக்கான கூலி என்ன என்று எதுவும் பேசவில்லை. சரி மீண்டும் ஒரு புது அனுபவம். வரட்டுமென்று காத்திருந்தேன்.

மதியம் மூன்று மணிக்குமேல் வீட்டு வாசலுக்கு வந்து போன் செய்தார். இரண்டாவது மாடியிலிருந்து இறங்கிச் சென்று கேட்டைத் திறந்து "வாங்க சார்" என்றேன். மலர்ந்த முகத்துடன் "எப்படி இருக்கீங்க" என்றார். அவர் கேட்ட தொணியே உள்ளுக்குள் அப்படி ஒரு உற்சாகம் ஏற்பட்டது. இருவரும் மாடியேறி உள்ளே சென்று உட்கார்ந்தோம். என் மனைவியையும் குழந்தையையும் விசாரித்தார். வீட்டிற்கு திடீரென்று முக்கியமான ஒரு விருந்தாளி வந்த பதற்றம் எனக்கும் என் மனைவிக்கும் ஏற்பட்டது. நான் சொல்லாமலேயே அவள் அவருக்குக் காப்பி போட்டு கொண்டுவந்து கொடுத்தாள். அதை மெல்ல ரசித்துக் குடித்தவர். பின் என் கண்களை உற்றுப் பார்த்துச் சிரித்தார். என்னால் அதன் அர்த்தத்தைப் புரிந்துகொள்ள

முடியவில்லை. பின் கொண்டுவந்திருந்த பையிலிருந்து அவருடைய முந்தைய இதழ்களை எடுத்து என்னிடம் கொடுத்தார். அது நீண்ட நாட்களுக்கு முன்பு வந்திருந்த இதழ். அதைப் பற்றி நான் கேள்விப்பட்டிருந்தேன். அது வந்த காலத்திலும் சரி இப்போதும் சரி அதற்கென்று ஒரு பெயர் இலக்கிய வட்டாரத்தில் இருக்கிறது என்று எனக்குத் தெரியும். அதிலும் அவர் முன்பு கொண்டு வந்திருந்த சிறப்பிதழ்கள் இன்னும் பெயர் பெற்றவை. அவர் கொடுத்ததைக் கையில் வாங்கிய நான் அதை மெல்ல புரட்டிக்கொண்டிருந்தேன். விலை உயர்ந்த ஒரு கலைப் படைப்பைக் கையில் வைத்திருப்பது போல் இருந்தது.

“ரொம்ப நாள் ஆயிடிச்சி” என்று அவர் குரலைக் கேட்டு நிமிர்ந்து பார்த்தேன்.

“என்ன சார்?”

“கடைசியா மேகசின் கொண்டுவந்து ரொம்ப நாள் ஆச்சி. திடீர்னு ஒரு வேகம் உள்ளுக்குள்ள. அதான் இந்த வாட்டி கொண்டுவந்திடலாம். எட்டு மாசமா படைப்பு கேட்டு வாங்கிக்கிட்டு இருந்தேன். இப்பதான் எல்லாம் சேந்துச்சி.”

“என்ன சார் சொல்றீங்க, நீங்க மறுபடியும் இதழக் கொண்டு வரீங்கன்னு தெரிஞ்சா படைப்பு கொட்டிருக்குமே சார்” என்று நான் சொன்னதைக் கேட்டதுமே லேசாக சிரித்துக் கொண்டார். பதிலேதும் சொல்லவில்லை.

“இதே அளவா சார்.”

“ஆமா, இதே அளவுதான்” என்று சொல்லிவிட்டு தனது பையிலிருந்து ஒரு பென்டிரைவை எடுத்துக்கொடுத்தார். எல்லா படைப்புகளும் அதுக்கு தேவையான புகைப்படங்களும் ஓவியங்களும் இதுல இருக்கு. அட்டப்படத்துக்கும் சில ஓவியங்கள் இருக்கு” என்றார்.

அதைக் கேட்டதுமே எனக்கு சலிப்பாக இருந்தது. இதிலும் எனக்கு எந்த வேலையும் இல்லை. அவர் சொன்னதைச் செய்தால் போதும். மறுப்பதற்கும் எனக்கு மனமில்லை. சரி போகட்டும் என்று, “வாங்க சார் உள்ளப் போலாம்” என்று அவரை என் கணினி அறைக்கு அழைத்துச் சென்றேன்.

கணினியை இயக்கி அவருக்கென ஒரு ஃபோல்டரை உருவாக்கி அவர் கொடுத்த கோப்புகளையெல்லாம் அதில் நிரப்பினேன்.

"ஃபிரண்ட் பேஜ், தலையங்கமெல்லாம் கடைசிலப் பாத்துக்கலாம். மொத படைப்புகள முடிச்சிடுவோம்" என்றார். நான் பதில் சொல்லவில்லை. அவரே ஒவ்வொரு ஃபைலின் முன்பும் எண்கள் இட்டிருந்தார். "சார், இந்த ஆர்டர்லயே போய்விடலாமா" என்றேன். சிரித்துக்கொண்டே "ம்" என்றார்.

நான் அவர் கொடுத்த பழைய இதழ்களில் ஒன்றை எடுத்து அதன் அளவுகளை அளந்தேன். அது வழக்கமான அளவுகளில் செய்யப்பட்ட ஒன்று அல்ல. அவர் அமைதியாக கவனித்துக் கொண்டிருந்தார். நான் வடிவமைப்புக்கான மென்பொருளையும், புகைப்படங்களை வேலை செய்வதற்கான மென்பொருளையும் திறந்துவிட்டு முதலில் வடிவமைப்பு மென்பொருளில் எனது வேலையைத் தொட ங்கினேன். முதலில் ஒரு கட்டுரை இருந்தது. அந்தக் கோப்பைத் திறந்து அதை முழுவதும் பிரதி எடுத்து மென்பொருளிலிருந்த முதல் பக்கத்தில் நிரப்பினேன். பிறகு அதைச் சரிசெய்த போது மொத்தம் ஏழு பக்கங்கள் அந்தக் கட்டுரை வந்தது. அதற்குத் தேவையான புகைப்படங்களையும் அவரே கொண்டுவந்திருந்தார். அதையும் உள்ளே ஒரு ஓரமாக வைத்துவிட்டு அவரிடம், "போட்டோ எங்க சார் பிளேஸ் பண்ணனும்" என்றேன்.

"எனக்குத் தெரியாது. கண்டண்ட் கொடுத்துட்டேன். ஆர்டர் கொடுத்துட்டேன். மத்ததெல்லாம் உங்க கிரியேட்டிவிட்டி தான்" என்றார். எனக்குச் சட்டெனக் கையிலிருந்து விலங்கை யாரோ சம்பட்டியால் அடித்ததுபோன்று இருந்தது. சிறைக்குள் இருந்தாலும் கலைஞன் வேலை செய்வான். ஆனால், கையில் விலங்கோடு இருந்தால் நிச்சயம் அவனால் முடியாது. நான் சிறைக்குள் தான் இருக்கிறேன். ஆனால், முதல் முறையாக ஒருவர் என் விலங்குகளை அவிழ்த்துள்ளார். ஒரு கனம் என் கைகள் நடுங்கின. புத்தி வேலை செய்ய மறுத்தது. அவரிடம் திரும்பி "ஒரு டீ குடிக்கலாமா சார்" என்றேன்.

"வெளிய போயிட்டு வரலாமா" என்றார். உற்சாகமாக அவருடன் எழுந்து வெளியே சென்றேன். என் மனைவிக்கு எதுவும் புரியவில்லை. ஏதோ பிரச்சனை என்று நினைத்துவிட்டாள் என்பது அவள் பார்வையிலேயே தெரிந்தது. "ஒன்னுமில்ல,

வந்துடறோம்" என்று சொல்லிவிட்டு எங்கள் பகுதிக்கு வெளியே இருந்த எனக்குப் பிடித்த தேநீர்க்கடைக்கு அவரை அழைத்துச் சென்றேன். இரண்டு தேநீர் சொன்னேன். அவர் தன் பேண்ட் பாக்கெட்டிலிருந்து ஒரு சிகரெட்டை எடுத்துப் பற்ற வைத்தார். இரண்டு இழு இழுத்தார். அதற்குள் தேநீர் வந்தது. அவரிடம் நீட்டினேன். வாங்கிக்கொண்டார். நான் தேநீரைக் குடித்தேன். நான்காவது இழுப்பு இழுத்துவிட்டு, "நீ எழுதுவியா" என்று கேட்டார். நான் அவரைப் பார்த்தேன். அவர் பதிலை எதிர்பார்த்ததுபோல் தெரியவில்லை. நானும் எந்த பதிலையும் சொல்லவில்லை. முழு சிகரெட்டையும் பிடித்து எறிந்துவிட்டு தேநீரை வாயில் வைத்தார். அது சூடு குறைந்திருந்தது. நான் எனது தேநீரைக் குடித்திருந்தேன். மெல்ல அவரிடம் "நீங்க ஏன் சார் இத்தன வருஷமா இதழக் கொண்டுவரல" என்று கேட்டேன்.

சிறிது அமைதிக்குப் பிறகு, "ஃபிக்ஷன் ரைட்டர் கவிஞர்கள்லாம் மாறிட்டாங்க" என்றார்.

"புரில சார்."

"மொதலாம் கலைஞர்கள் கலைய முன்னிருத்தனாங்க. இப்போ அவங்கள முன்னிருத்தறாங்க."

"அதனால என்ன சார். ஏதோ ஒரு வகையில் கலையும் கலைஞனும் தான செயல்படறாங்க. மொதல்ல கலை முன்னாடி இருந்துச்சி, இப்போ கலைஞன் முன்னாடி இருக்கான். என்ன கெட்டுது இப்போ."

"கலைய முன்னிருத்தறவன் தான் கலைஞன். தன்னை முன்னிருத்தவறன் அரசியல்வாதி. ஒரு அரசியல்வாதி முன்னிருத்தற கலைக்கு பின்னாடி எதாவது ஒன்னு மறைஞ்சிருக்கும். பெரும்பாலும் அது அவனோட சுயநலமா இருக்கலாம். கலைய முன்னிருத்தற கலைஞனுக்குப் பின்னாடி ஒரு கோட்பாடு இருக்கும், தத்துவம் இருக்கும். ஆனா நிச்சயம் சுயநலம் இருக்காது."

"ஓ... இப்போ எல்லாம் மாறிட்டாங்களா சார்."

அவர் என்னைத் திரும்பிப் பார்த்தார். அந்தப் பார்வை தீவிரமாக இருந்தது. "புதுசா கொஞ்சம் உருவாகிவரானுங்க. அவனுங்கலயாவது காப்பாத்தனும்" என்றார்.

நான் எதுவும் பதில் சொல்லவில்லை. சிறிது நேரம் கழித்து அவரே கேட்டார். "உங்களுக்கு இந்த வேலையெல்லாம் எப்படி போகுது."

"ஏதோ போகுது சார். என்னமோ இத நம்பி வேலைய விட்டுட்டேன். தப்போன்னு தோனுது. நிறைய இணைய இதழ்கள் வர ஆரம்பிச்சிடுச்சி. பிரிண்ட் மேகசின்லாம் இப்போ கொஞ்சம் பேரு பெருமைக்காக பண்றாங்க. அதுவும் தொடர்ந்து பண்ண முடியல. இணைய இதழ்களே தொடர்ந்து பண்ண கஷ்டப்படறாங்க. ஆனா பிரிண்ட்டுக்கு இருக்கற மரியாதை இணைய இதழ்களுக்கு இல்ல சார்."

"அப்படி இல்ல, பிரிண்டோ இணையமோ உழைப்பு எல்லாம் ஒன்னு தான். ஒரு நல்ல படைப்ப வாங்கிப் போடறது ஒன்னும் சாதாரணமான விஷயம் இல்ல. அதவிட கஷ்டமான விஷயம் என்ன தெரியுமா?"

"என்ன சார்?"

"மோசமான படைப்ப தைரியமா நிராகரிக்கறது. அது உண்டாக்கற பகை மோசமானது. அதிக வன்மம் நிறைஞ்சது. காச கடன் வாங்கிட்டு கொடுக்கலனா கூட மன்னிச்சுடுவானுங்க. படைப்ப நிராகரிச்சா அவ்ளோ தான். அப்பறம் பிரிண்ட் மேகசினுக்கு மட்டும் ஏன் மரியாத, இணையத்துக்கு இல்லன்னு சொன்னீங்களே, பிரிண்ட் மேகசின் எவனும் ஓசில தரமாட்டான். காசு கொடுத்து வாங்கனதும் அது கொஞ்சம் பெருசா தெரியுது. இணைய இதழ்கள் பெரும்பாலும் இலவசம் தானே. நம்ப ஆளுங்களுக்கு ஓசின்னதுமே அதுமேல ஒரு எளக்காரம் வந்துடும்."

அதன் பிறகு எதுவும் பேசவில்லை. இருவரும் அமைதியாக வீட்டிற்கு வந்தோம். இருட்டத் தொடங்கியிருந்தது. மீண்டும் வந்த பிறகு எந்த வேலையும் செய்யத் தோன்றவில்லை. அவரும் எதுவும் கேட்கவில்லை. மணி ஏழானபோது "சரி நான் புறப்படுறேன். காலையில் பத்து மணிக்கு வந்துடறேன். சீக்கரம் முடிச்சிடலாம்" என்று சொல்லி புறப்பட்டார். வாசல் வரைக்கும் சென்று அனுப்பி வைத்தேன். அன்று இரவு முழுவதும் எனக்குள் என்னவோ ஓடிக்கொண்டிருந்தது. அவர் பேச்சினூடே வந்த தஸ்தவெஸ்கியும் வான்காவும் என் கனவில் வந்து நடனமாடினார்கள். நீலமும் மஞ்சளும் குழைந்த வண்ணத்தில் நான் அன்றைய இரவில் குற்றவுணர்வோடு இருளில் மூழ்கிப்போனேன்.

மறுநாள் காலை சொன்ன நேரத்திற்குச் சரியாக அவர் வந்துவிட்டார். நான் எதுவும் பேசாமல் என் வேலையை ஆரம்பித்தேன். என் மனைவி கொடுத்த தேநீரை அமைதியாக வாங்கிக்கொண்டார். நேற்று டீ குடிக்கும் முன்பும் பின்பும் சிகரெட்டுகள் பிடித்தவர் இப்போது அதைத் தொடவேயில்லை. நான் ஒவ்வொரு படைப்பையும் மாற்றி மாற்றி வைத்துக் கொண்டிருந்தேன். திருப்தியாக வரும்வரை போராடினேன். சில நேரங்களில் அவர் தன் ஆலோசனைகளைச் சொன்னார். ஒரு சிறிய மாற்றம். அத்தனை நேரத் தடுமாற்றத்தைப் போக்கியது. மூன்று படைப்புகளைச் செய்துவிட்டோம். ஒரு கட்டுரை, ஒரு நேர்காணல், ஒரு சிறுகதை. மீண்டும் முதலிலிருந்து அனைத்தையும் மேலும் கீழுமாக பார்த்துக்கொண்டிருந்தேன். அவர் என்னிடம் "ஏதாவது பிரச்சனையா" என்றார். நேர்காணலில் ஒருபக்கத்தின் முதல் வரி மட்டும் தனியே இருந்தது. அதைக்காட்டி, "விதவையாக விடக்கூடாது" என்றேன். என் தோளில் தட்டிக்கொடுத்தார். முந்தையைப் பக்கத்தின் வரிகளைக் கொஞ்சம் இறுக்கி அந்த ஒரு வரியை முந்தையப் பக்கத்திலேயே இணைத்தேன். அடுத்தது ஒரு கவிதை. அந்தக் கோப்பை திறந்தேன். ஒரே ஒரு கவிதை தான் இருந்தது. அதுவும் ஆறே வரி. வரிக்கு ஒன்றிலிருந்து மூன்று வார்த்தைகள் அதிகபட்சம். நான் அவரைப் பார்த்தேன்.

"என்ன...?"

"இந்த மொத்தப் பக்கத்துக்கு இந்த ஒரு கவிதை தானா?"

"ஆமா."

நான் என் முந்தைய வாடிக்கையாளர்களை நினைத்துக்கொண்டேன். இந்த மாதிரி ஒரு இடம் அவர்களுக்குக் கிடைத்திருந்தால் ஐந்து பேருக்கு போன் போட்டு இரண்டு சந்தாதாரர்களையாவது பிடித்திருப்பார்கள் என்று நினைத்துக்கொண்டிருந்தபோது அவர் தொடர்ந்தார், "அந்தப் பக்கத்துல இருக்கற ஸ்பேஸ் தான் அந்தக் கவிதையோட ஆழம். அந்தக் கவிதைய படிக்கறவங்க அந்த ஸ்பேஸ உணரனும். அதான் ஒரு டிசைனரோட மேஜிக். டிசைனர் கலைஞனாகர இடம்" என்றார். நான் எனது மேஜையின் அடியிலிருந்த ஒரு வழவழ இலக்கிய இதழை எடுத்து அவரிடம் கொடுத்தேன். அவர் ஒவ்வொரு பக்கமாகப் பிரித்துப்பார்த்தார். நான் ஒரு குறிப்பிட்ட பக்கத்தைப் பிரித்து அவரிடம் காட்டினேன். ஒரு சிறிய கவிதை. அந்த மொத்தப் பக்கத்தையும் அதைக்கொண்டு

நிரப்பியிருந்தார்கள். அதை சிறியதாக ஒரு காகிதத்தில் எழுதிப் படித்துப் பார்த்தபோது அருமையாக இருந்தது. அந்தக் காகிதத்தையும் அவரிடம் கொடுத்தேன். அவர் எதுவும் சொல்லவில்லை. நான் சிறிது நேரம் அந்தக் கவிதையைப் பார்த்துக்கொண்டிருந்தேன். பிறகு அதை அந்தப் பக்கத்தின் வலது மூலையில் வைத்தேன். அவர், "ஏன் அத அங்க வெச்சீங்க" என்றார். அவர் பேசுவதிலிருந்து ஒன்றைக் கவனித்திருந்தேன். அவர் பிரக்ஞையுடன் இருக்கும் போது பன்மையிலும் தீவிரமாக எதையாவது யோசித்தபடி பேசும் போது ஒருமையிலும் பேசினார்.

"இந்தப் பக்கத்த ஒருத்தன் திருப்பும்போது அவன் கண்ணுல மொதல்ல ஸ்பேஸ் தான் தெரியனும். அப்பத்தான் அது அவன் மனசுல நிக்கும். திருப்பினதும் கவிதை தெரிஞ்சிட்டா அந்த ஸ்பேஸாட அர்த்தம் புரியாதுல்ல" என்றேன். அவர் சிரித்துக்கொண்டே என் முதுகில் தட்டிக்கொடுத்தார்.

ஐந்து நாட்கள் அந்த இதழுக்காக வேலை செய்தோம். இடையில் எந்த அழைப்பையும் நான் எடுக்கவில்லை. தோழா, நண்பா, பாஸ், சார் எனப் பல மெசேஜ்கள். எதற்கும் செவி சாய்க்கவில்லை. அதற்காக அவர்களைத் தாழ்த்தவில்லை. ஆனால், இது ஒரு வாய்ப்பு, என்னை நான் உணர. அதை இழக்கவிரும்பவில்லை. ஆறாவது நாள் காலை ஒருவழியாக மொத்த இதழையும் முடித்துவிட்டோம். இதழுக்கான அட்டைப் படத்தை மூன்றாவது நாள் இரவு முழுக்க உட்கார்ந்து பேசிப் பேசி மாற்றி மாற்றி இறுதி செய்தோம். படைப்புகள் லேஅவுட் ஆனவுடனேயே பிரண்ட் அவுட் எடுத்து கையோடு ப்ரூப் பார்த்தார். சிலதை சிலருக்கு மின்னஞ்சல் செய்தார். அவர்களும் துரிதமாகப் பார்த்து அனுப்பினர். அனைத்தையும் முடித்து பிடிஎஃப் எக்ஸ்போர்ட் கொடுத்து அது ஃபைலாக வெளியேறிக் கொண்டிருந்ததைப் பார்த்தபோது, இதுவரை ஏற்படாத ஒரு புது அனுபவமாக இருந்தது. அவரைத் திரும்பிப் பார்த்தேன். அவர் முகத்தில் எந்த உணர்வையும் காட்டவில்லை. அது எனக்கு பெரும் ஏமாற்றமாக இருந்தது.

"பிரிண்டர் மெயில் ஐடி கொடுங்க சார். பிரிண்டுக்கு அனுப்பிடலாம்" என்றேன்.

"ஏன் அவசரப்படறீங்க?"

"ஏன் சார். வேற எதாவது வேலை இருக்கா?"

"நான் கொஞ்சம் களிமண்ணு கொண்டுவந்தேன். நீங்க அத சிலை செஞ்சிருக்கீங்க. அதுக்கு ஒரு ஆர்டிஸ்ட் தான் பெயிண்ட் அடிக்கனும். செவுத்துக்கு சுண்ணாம்பு அடிக்கிறவன் கிட்டக் கொடுக்கக் கூடாது" என்றார்.

"ஏன் சார் செவுத்துக்கு சுண்ணாம்பு அடிக்கிறவன் ஆர்டிஸ்ட் இல்லையா?"

"அவன் தன்ன ஆர்டிஸ்டா உணராத வரைக்கும் அவன் செவுத்துக்கு சுண்ணாம்பு அடிக்கிறவன் தான்" என்றார். நான் ஆமாம் என்று தலையசைத்துவிட்டு அவர் ஃபைல்களை காப்பி செய்துகொடுத்தேன். "இதழ் வந்ததும் சொல்லுங்க சார்" என்றேன். அவர் சத்தமாக சிரித்துக்கொண்டே தலையாட்டினார். வீட்டில் சொல்லிக்கொண்டு புறப்பட்டார். நான் வாசல் வரை சென்று வழியனுப்பிவிட்டு எனது தொலைபேசியை அணைத்தேன். குறைந்தது ஒரு வாரமாவது இந்த அனுபவத்திலிருந்து வெளியே வர நான் விரும்பவில்லை.

❖ ❖ ❖

காட்சித் துகள்கள்

1

கதிர் தவிப்புடன் நின்றுகொண்டிருந்தான். பக்கத்தில் அவன் நண்பன் பிரபாகரன் எந்த வித உணர்வையும் வெளிக்காட்டாமல் எதிரில் அமர்ந்து சிறிய நோட்டில் ஏதோ கணக்கு எழுதிக்கொண்டிருந்த சுந்தரமூர்த்தியையே பார்த்துக்கொண்டிருந்தான். அறை சற்று வெப்பமாக இருந்தது. வரிசையாக நின்றுகொண்டிருந்த மூன்று ப்ரொஜக்டரில் ஒன்றிலிருந்து எதிரில் சுவரிலிருந்த சிறிய சதுரத் துளையின் வழியாகப் பிரமாண்டமான இருள் சூழ்ந்த அறைக்குள் வெளிச்சத்தைப் பாய்ச்சிக்கொண்டிருந்தது. அச்சிறுவெளிச்சத்தினுள் சிறு சிறு தூசிகளும் துகள்களுமாக நடனமாடியபடி எதிரில் இருந்த வெண்திரையில் பாய்ந்து காட்சிகளாக உருமாறிக் கொண்டிருந்தன.

எழுதிக்கொண்டிருந்த சுந்தரமூர்த்தி திடீரென்று "செல்வண்ணே" என்று கத்தினார். ஐம்பது வயது மதிக்கத்தக்க ஒருவர் காக்கி அரை நிஜாரும் கைவைக்காத வெள்ளை பனியனும் அணிந்துகொண்டு தடதடவென உள்ளே வந்து ஓடிக்கொண்டிருந்த ப்ரொஜக்டருக்கு பக்கத்திலிருந்த ப்ரொஜக்டரில் ஏதோ செய்தார். அவர் அதைச் செய்துமுடிக்கும் முன் ஓடிக்கொண்டிருந்த ப்ரோஜக்டர் சட்டெனத் தான் பாய்ச்சிக்கொண்டிருந்த ஒளி வெள்ளத்தை நிறுத்தி நன்றாகச் சாப்பிட்ட பூனையைப் போல அமைதியானது. அதற்குள் அரங்கின் இருளுக்குள்ளிருந்து "டேய் ஆப்ரேட்டர் தேவடியாப் பையா... இன்னாடா புடுங்கினு இருக்க...." என்று குரல் இவர்கள் இருந்த அறையை அடைந்து

அறையுடன் சேர்ந்து அனைவரின் மனதின் கனத்தையும் அதிகப்படுத்தியது. அடுத்தடுத்த வார்த்தைகள் இறுக்கத்தை மேலும் அதிகப்படுத்திக்கொண்டிருக்க, அதைப்பற்றியெல்லாம் சற்றும் கவலைப்படாத டவுசர் பெரியவர் சடசடவென வேலையை முடித்து மீண்டும் வெண்திரைக்கு ஒளிபாய்ச்சினார்.

கணக்கை எழுதி முடித்து தலையை நிமிர்த்திய சுந்தரமூர்த்தி லேசாகச் சிரித்துக்கொண்டே "இன்னா கதிரு... ஓகே தான?" என்றார்.

சற்று தயங்கிய கதிர் பிறகு, "சரிண்ணா..." என்றான்.

சுந்தரமூர்த்தி பெரியவரிடம் திரும்பி, "அண்ணே நம்பப் பையன் தான். நாள்லருந்து வருவான். கொஞ்சக் கொஞ்சமா கத்துக்குடுங்க" என்றார். பிறகு இருவரிடம் "சரிப்பா கிளம்புங்க" என்று சொல்லிவிட்டு கதிரிடம் மட்டும் "நாளைக்கு வந்துடுப்பா" என்றார்.

இருவரும் மெல்ல ஆப்ரேட்டர் அறையை விட்டு வெளியே வந்தனர். கதிர் ஒரு நீண்ட பெருமூச்சு விட்டான். ஏதாவது ஒரு வேலை கிடைப்பது ஒன்றும் பெரிய விஷயமில்லை தான். இந்தக் காலத்தில் கொஞ்சம் கூச்சத்தையும் அச்சத்தையும் தூக்கியெறிந்துவிட்டால் ஆயிரம் வேலைகள் கொட்டிக்கிடக்கின்றன. ஆனால், நாம் விரும்பிய நேரத்திற்கு அதுவும் அதிகம் ஓய்வு கிடைக்கக்கூடிய சற்று பொழுதும் போகக்கூடிய ஒரு வேலை கிடைப்பது தான் சிரமமான ஒன்று. அப்படியொன்று தனக்குக் கிடைத்துவிட்டதாகக் கதிர் நினைத்துக்கொண்டான். அதேநேரம் இதை யாரிடமும் சொல்லக்கூடாது என்றும் முடிவெடுத்தான். தன் நண்பனிடம் அவ்வாறே கோரிக்கையும் வைத்தான்.

2

கதிரின் அப்பா மிக வேகமாக தன் வாழ்க்கையில் இறங்கு முகத்தைச் சந்தித்துக்கொண்டிருந்தார். ஒரு படுக்கையறை, ஒரு ஹால், ஒரு சமையற்கட்டு என்று இருந்த கதிரின் வீடு மெல்ல மெல்ல ஒரே அறையில் படுக்கை, சமையல் என அனைத்தும் இருக்கும்படி சுருங்கிப்போனது. அவன் எட்டாவது படிக்கும் போதிலிருந்து சின்னச் சின்னதாக ஏதாவது ஒரு வேலை செய்துகொண்டு தான் இருந்தான். அவன் அப்பாவிற்கு எந்த கெட்டப் பழக்கமும் இல்லையென்றாலும் கூட அவர் குடும்பத்தை நடத்தச் சற்று

சிரமப்பட்டுக்கொண்டுதான் இருந்தார். கதிர் பதினொன்றாம் படிக்கும்போது அவனுக்கு ஒரு பழைய சைக்கிளை அவன் அப்பா வாங்கிக்கொடுத்தார். பத்தாம் வகுப்பு வரை அவன் பள்ளிக்கு நடந்து சென்றுகொண்டிருந்தான். ஆனால் பதினொன்றாம் வகுப்பிற்குச் சற்று தூரத்தில் வேறு பள்ளியில் தான் இடம் கிடைத்தது. வேறு வழியில்லை என்று தெரிந்ததும்தான் அவர் அவனுக்கென்று ஒரு பழைய சைக்கிளை வாங்கிக்கொடுத்தார்.

சில நாட்கள் கழித்துத்தான் தன் நண்பர்கள் சிலர் காலையில் வீடு வீடாக பேப்பர் போடுவது அவனுக்குத் தெரிய வந்தது. அதற்குத் தோதாக தன்னிடமும் சைக்கிள் இருந்ததால் அவனும் அவர்களின் உதவியால் ஒரு வேலையைப் பெற்றுக்கொண்டான். பதினொன்றாம் வகுப்பிலிருந்து பன்னிரெண்டாம் வகுப்பு முடியும் வரை அவன் அதைத் தொடர்ந்து செய்து வந்தான். பன்னிரெண்டாம் வகுப்பில் எழுவது சதவீதம் எடுத்து தாகூர் கலைக்கல்லூரியில் பி.காம் சேர்ந்திருந்தான். இதற்கு மேல் பேப்பர் போட வேண்டுமா, வேறு வேலை எதாவது பார்க்கலாமா என்று யோசனையில் கதிர் இருந்தபோதுதான் அவன் நண்பன் பிரபாகரன் மூலமாக அவனுக்கு அந்த தகவல் தெரியவந்தது. அவனும் காலையில் பேப்பர் போட்டுக்கொண்டிருந்தான். அவனுடைய ஓனர் கூடுதலாகப் பல வேலைகளும் சின்னச் சின்னதாக சில தொழில்களும் செய்து வந்தார். அவர் ஒரு பிரபல சினிமா தியேட்டரில் நீண்டகாலமாக ஆப்ரேட்டராகவும் இருக்கிறார். அவருக்கு உதவியாக இருந்த பையன் ஓடிவிட்டதாகவும் பிரபாகரனை உதவிக்கு அழைப்பதாகவும் மாலை மற்றும் இரவுக்காட்சிக்கு மட்டும் வந்தால் போதும் என்றும் சொல்லியிருந்தார். பிரபாகரனின் வீட்டில் அதற்கு உடன்படவில்லை. ஆகவே அவன் கதிரை அணுக, அப்போது கதிருக்கும் அது சரியாக இருக்கும் என்று தோன்ற உடனே சரியென்று ஒப்புக்கொண்டான்.

3

அது ஒரு புதுச்சேரியில் பிரபலமான சினிமா தியேட்டர். ஒரே கட்டடத்தில் இரண்டு அரங்குகள் கொண்டது. கீழே இருப்பது சற்று பெரியது. முதல் தளத்தில் இருப்பது சற்று சிறியது. பெரிய நடிகர்களின் படங்கள் பெரும்பாலும் கீழே உள்ள பெரிய அரங்கில் தான் வெளியாகும். சில சமயங்களில் ஒரே படம் இரண்டு

அரங்குகளிலும் வருவதுண்டு. மற்ற நேரங்களில் மாடியில் உள்ள சிறிய அரங்கில் சாதாரணப் படங்கள் தான் வெளியாகும். கதிர் கீழே உள்ள பெரிய அரங்கின் ஆப்ரேட்டர் அறையில் தான் இருந்தான். அது முதல் மாடியிலிருந்தது. சுந்தரமூர்த்தி அவனிடம் கராராக சில விஷயங்களைப் பின்பற்றச் சொல்லியிருந்தார். தேவையில்லாமல் யாரிடமும் எதுவும் பேசக்கூடாது. தெரிந்தவர்களுக்கு டிக்கெட் வேண்டும் என்று வந்து நிற்கக்கூடாது அல்லது யாரிடமும் கேட்கக்கூடாது. முக்கியமாக முதல் தளத்தில் இருக்கும் மற்றொரு அரங்கிற்குப் போகக்கூடாது. மேலும் அந்த அரங்கின் ஆப்ரேட்டர் அறைக்கு எக்காரணங்கொண்டும் போகவே கூடாது என்று கட்டளையிட்டிருந்தார்.

அவரின் கடைசி கட்டளைக்கான காரணத்தைக் கதிர் வெகு விரைவிலேயே அறிந்துகொண்டான். பெரிய அரங்கில் எப்போதும் எதாவது ஒரு தமிழ்ப் படமோ அல்லது ஆங்கிலப்படமோ ஓடிக்கொண்டிருக்கும். ஆனால், சிறிய அரங்கில் படங்கள் எதுவும் வெளியாகாத சமயத்தில் ஆபாசப்படங்களை வெளியிட்டனர். அது பெரும்பாலும் மலையாளப் படமாகவே இருக்கும். அதற்காகத்தான் அவர் அப்படிச் சொல்லியிருந்தார்.

கதிர் எப்போதும் மாலை ஐந்து மணிக்கெல்லாம் தியேட்டருக்கு சென்றுவிடுவான். சைக்கிளை விட்டுவிட்டு முதல் மாடிக்கு சென்று டவுசர் பெரியவருக்கு ஒரு வணக்கத்தை வைத்துவிட்டு முதல் மாடி பால்கனியில் இருக்கும் ஜன்னலுக்கு அருகே வந்து நின்று வேடிக்கைபார்க்கத் தொடங்குவான். பெரியவரும் எதுவும் கண்டுகொள்ளமாட்டார். மாலைக்காட்சிக்காக வந்திருக்கும் கூட்டத்தையும் அவர்களின் விளையாட்டுக்களையும் பார்க்க அவனுக்கு வேடிக்கையாக இருக்கும். எப்போதாவது தெரிந்தவர்கள் யாராவது தட்டுப்படுவார்கள். அப்போதும் இவன் தன்னைக் காண்பித்துக்கொள்ள மாட்டான். எக்காரணங்கொண்டும் அவன் இங்கு வேலை செய்வது யாருக்கும் முக்கியமாக வீட்டிற்குத் தெரியக்கூடாது என்ற முடிவிலிருந்தான். அவ்வப்போது வீட்டில் அவன் எங்குப் போய்விட்டு வருகிறான் என்ற கேள்விகள் எழாமல் இல்லை. இருந்தாலும் அவன் பெரிதாகக் கண்டுகொண்டதில்லை.

அவன் வேலைக்கு இரண்டு மாதங்களுக்குப் பிறகு முதல் முறையாகச் சிறிய அரங்கில் ஒரு ஆபாசப்படம் வெளியாகியிருந்தது. அவன் அப்படங்களை சில முறை ஊருக்கு ஒதுக்குப் புறமாக இருக்கும்

ஒரு தியேட்டரில் தன் நண்பர்களுடன் பார்த்திருக்கிறான். ஆனால், அதையெல்லாம் இங்கு சொல்லிக்கொண்டிருக்க முடியாது என்று அவனுக்குத் தெரியும். போக வேண்டாம் என்றால் போகாமல் இருப்பது தான் நல்லது என்று நினைத்துக்கொண்டான்.

வழக்கம்போல கதிர் ஜன்னலோரம் சென்று வேடிக்கை பார்க்க ஆரம்பித்தான். அது ஒரு வெள்ளிக்கிழமை மாலை. அவனுக்குச் சுவாரஸ்யமாகவே தொடங்கியது. வளாகத்தின் இடதுபுறம் கீழே இருக்கும் பெரிய தியேட்டருக்கான டிக்கெட் கவுண்டரும், வலது புறம் மேலே இருக்கும் சிறிய தியேட்டருக்கான கவுண்டரும் இருந்தது. கூடி இருந்த சிறியக் கூட்டம் முழுக்க வலதுபுற பெரிய தியேட்டரின் கவுண்டரின் அருகிலேயே நின்றுகொண்டிருந்தனர். கதிர் அவர்களையே பார்த்துக்கொண்டிருந்தான். ஒரு சிலர் உள்ளே நுழைந்ததும் இடதுபுறக் கவுண்டரில் ஆள் டிக்கெட் கொடுக்கிறார்களா என்று பார்த்துவிட்டு வந்து வலதுபுறம் நின்றுகொண்டனர். நகரின் மத்தியில் இந்த தியேட்டர் அமைந்திருப்பதால் அவர்களுக்குள் இந்த பதட்டம் எனக் கதிர் நினைத்துக்கொண்டான். ஊருக்கு ஒதுக்குப்புறமாக இருக்கும் தியேட்டருக்கு வருபவர்களுக்கு இந்த பிரச்சனை இருக்காது. பெரும்பாலும் படம் பார்க்க வருபவர்கள் மட்டுமே அந்த இடத்திற்கு வருவார்கள். மேலும் பழைய பேருந்து நிலையத்தின் அருகில் இதற்காகவே பிரபலமான ஒரு தியேட்டரும் உண்டு. அது அதீத தைரியசாலிகளுக்கானது.

வேடிக்கைப் பார்த்துக்கொண்டிருந்த கதிரின் தோள்மீது ஒரு கை வந்து விழுந்தது. திரும்பிப் பார்த்தான். டவுசர் பெரியவர் நின்றுகொண்டிருந்தார்.

“இன்னா கதிரு?”

“ஒன்னும் இல்லனா சும்மா பாத்துகினு இருந்தேன்.”

“பக்கத்துல பிட்டுப்படம் ஓடனா இவனுங்க பன்றதுலாம் தமாசாத்தான் இருக்கும்.”

“இந்தப்பக்கம் நிக்கறதுல பாதிக்கு மேல அந்த தியேட்டருக்கு வந்தது தான் போலணா.”

“இங்க நிக்கறது மட்டும்னா நெனக்கற? இரு” என்று சுற்றி ஒரு நோட்டமிட்டார். பிறகு ஒவ்வொன்றாகக் கதிருக்குக் காட்ட

ஆரம்பித்தார். "அங்கப்பாரு அந்த டீ கடையாண்ட ஒரு கிழவரு நிக்கறாரு பாரு, அவரு, இதோ ஓர்க்சாப் கிட்ட நிக்கற பசங்க, அந்த பால்பூத் கிட்ட நிக்கற பாதி பேரு இங்க படம் பாக்கத்தான் நிக்கறாங்க."

அவர் சொன்னவற்றையெல்லாம் பார்த்துக்கொண்டே கதிர் சிரித்துக்கொண்டிருந்தான்.

"நாளைக்கு பாரு இன்னும் தமாசா இருக்கும். சரி வா போவலாம்" என்று நடக்கத் தொடங்கினார் டவுசர் பெரியவர்.

மறுநாள் சனிக்கிழமை. கதிருக்குக் கல்லூரி விடுமுறை. சற்று சீக்கிரமாகவே வந்துவிட்டான். மதியக்காட்சி முடியும் வரை அறைக்குள் இருந்தவன் பிறகு கிழவருடன் வெளியே சென்று டீ குடித்துவிட்டு வந்து தன் வழக்கமான இடத்தில் நின்றுகொண்டான். கிழவரும் உள்ளே போகாமல் அவனுடன் நின்றுகொண்டு பேசிக்கொண்டிருந்தார். இப்போதும் தியேட்டருக்கு வெளியே நின்றுகொண்டிருந்தவர்களில் யார் யாரெல்லாம் தியேட்டருக்குள் நுழையக் காத்திருக்கிறார்கள் என்று சொல்லிக்கொண்டிருந்தார்.

"அதோ ஒரு ஆளு கையில் பிளாஸ்டிக் கவரோட நிக்கறாரே அந்த ஆளு கண்டிப்பாக இங்கதான் வருவாரு. நானே இரண்டு மூனு வாட்டி பாத்துருக்கிறேன்."

டவுசர் பெரியவர் சொன்ன இடத்தை உற்றுப் பார்த்தான் கதிர். பதிலேதும் பேசாமல் அந்த இடத்தையே பார்த்துக்கொண்டிருந்தான்.

"சரி வா போலாம்."

"நீங்க போங்கணா, இதோ வரேன்" என்று அசையாமல் அங்கேயே நின்றுகொண்டிருந்தான். சிறிது நேரத்தில் டிக்கெட் கொடுக்க மணி அடித்தார்கள். தியேட்டருக்குள் நின்றுகொண்டிருந்த கூட்டமும் வெளியே அதற்காகக் காத்திருந்த கூட்டமும் மெல்ல டிக்கெட் கவுண்டரை நோக்கி அசைய, கதிர் பார்த்துக்கொண்டிருந்த அந்த உருவமும் தியேட்டரை நோக்கி மெல்ல நடந்தது. உருவம் நெருங்க நெருங்க அவன் முகபாவனை மாறிக்கொண்டே வந்தது. வந்துகொண்டிருந்தது தனது அப்பா தான் என்று நிச்சயமாகத் தெரிந்ததும் அவன் வேகமாக ஆப்ரேட்டர் அறைக்குள் சென்று கிழவரிடம் உடம்பு சரியில்லை போக வேண்டும் என்று சொன்னான். அவன் இதுவரை அவ்வாறு சொன்னதேயில்லை.

ஒருநிமிடம் அவனை ஏறிட்டுப் பார்த்த பெரியவர் சரியென்று தலையசைத்தார். அவன் வேகமாகத் தனது சைக்கிளை எடுத்துக்கொண்டு வீட்டிற்குச் சென்று தனது அப்பாவிற்காகக் காத்திருந்தான்.

கதிருக்கு தன் அப்பாவிடம் எப்படி நடந்துகொள்ள வேண்டும் என்று யோசித்துக்கொண்டிருந்தான். அவனுக்கு ஒன்றும் பிடிபடவில்லை.

"இன்னாடா சீக்கிரம் வந்துட்ட" என்று கேட்ட தன் அம்மாவின் குரலைக் கேட்டுத்தான் சுயநினைவுக்கு வந்தான். அம்மாவின் முகத்தையே பார்த்துக்கொண்டிருந்தான். ஏன் அப்பா இப்படிச் செய்கிறார் என்று அவன் புரியாமல் தவித்தான். மெல்ல தன் அம்மாவிடம் "அப்பா எங்க"என்றான்.

"இன்னிக்கி சனிக்கிழம அரநாள் தான வேலை. பிரண்டு, கிண்ட பாத்துட்டு வருவாரு. ஏன் இன்னா?"

"ஒன்னும் இல்ல."

"இன்னா ஆச்சி. சீக்கிரம் வந்துட்ட, வந்ததும் உங்கப்பாவத் தேடற. எதுனா பிரச்சனையா, எதுனா பண்ணிட்டியா?"

"அதெல்லாம் ஒன்னும் இல்லமா."

"சாப்புடறியா..."

"அப்பறமா சாப்புடறன்" என்று சொல்லிவிட்டு எதையோ யோசித்தவாறே படுத்துக்கொண்டிருந்தான். நேரம் போனதே தெரியவில்லை. அவன் அப்பா வந்ததையும் கவனிக்கவில்லை. அவர் வீட்டிற்கு வந்து கை, கால்கள் கழுவிவிட்டு அவன் அருகில் உட்கார்ந்து டிவியை போட்டதும் தான் அவர் வந்துவிட்டதையே அவன் கவனித்தான்.

"சாப்டியாடா?"

கதிர் அமைதியாக இருந்தான்.

"எங்கேயோ வேலைக்கி போற. எங்கன்னு சொல்லமாட்டேங்கிற. எதனா தப்பு பண்ணிட்டு வந்து மானத்த வாங்காத" என்று டிவியை பார்த்தபடி சொன்னார். அதைக்கேட்டதும் சடாரென்று அவன் எழுந்து உட்கார்ந்துகொண்டு அவரை முறைத்தான். அதற்குள்

அவன் அம்மா இருவருக்கும் சாப்பாடு எடுத்துக்கொண்டுவந்து வைத்து அவர்களுடன் உட்கார்ந்துகொண்டாள். டிவியைப் பார்த்துக்கொண்டே இருவருக்கும் சாப்பாடு போட்டாள். கதிர் தட்டிலிருந்த சோற்றைக் கிளறிக்கொண்டே, "ஆமா, எங்க போயிட்டு வர" என்று கேட்டுவிட்டு அவர் முகத்தையே பார்த்தான்.

அவர் முகத்தில் எந்த வித பதட்டமோ பயமோ தென்படவேயில்லை. வெகு சாதாரணமாக "ஏன், இன்னா?" என்றார்.

"இல்ல, கடை மதியானமே முடிஞ்சிதுல, வந்து வூட்ல ரெஸ்ட் எடுக்காம ஏன் சுத்தினு இருக்க."

"கொஞ்ச நேரம் பீச்ல உக்காந்துனு இருந்தேன். அப்படியே வரும் போது உப்பளத்துல ரவியப் பாத்து பேசிட்டு வந்தேன்."

அவர் அதைச் சொல்லும்போது எந்தவிதப் பதட்டமோ பொய் சொல்கிறோம் என்ற உறுத்தலோ இல்லாமல் வெகு சாதாரணமாகவே சொன்னார். கதிருக்கே ஒருநொடி சந்தேகம் வந்தது, தான் பார்த்தது இவரைத்தானா என்று. அதற்கு மேல் அவன் அவரிடம் எதுவும் கேட்கவில்லை. கேட்க வேண்டும் என்று அவன் நினைத்துக்கொண்டிருந்த வார்த்தைகள் அனைத்தும் திரும்பி அவனிடமே 'நீ யார் அதைக் கேட்க' என்று கேட்பது போல் அவனுக்குத் தோன்றியது. அவர் சாப்பிட்டதும் சிறிது நேரம் டிவி பார்த்துவிட்டு தூங்கிவிட்டார். கதிருக்கு அந்த இரவு உறக்கமின்றி நகரத்தொடங்கியது. உறக்கமற்ற இரவுகள் கேள்விகள் நிறைந்தவை என்றும் ஆனால் அக்கேள்விகளுக்கு ஒருபோதும் அவ்விரவின் முடிவில் பதிலேதும் கிடைக்காது என்றும் அவன் அன்று உணர்ந்துகொண்டான். எப்போதும் போலவே குழப்பமான இரவுகளில் எப்போது உறங்குகிறோம் என்று தெரியாமலேயே உறங்கிப்போனான்.

4

காலை வழக்கத்தைவிடச் சீக்கிரமாகவே எழுந்துகொண்டான். ஆனால், அதற்கு முன்பே அப்பா வேலைக்குச் சென்றிருந்தார். வாரத்தில் அரைநாள் விடுமுறை. மற்றநாட்களில் அதிகாலை சென்று இரவுதான் திரும்புவார். இப்படி ஒரு வாழ்க்கையைத்தான் வெகுநாட்களாக வாழ்ந்துகொண்டிருந்தார். இப்படி அவரைப்பற்றி

நினைத்துக்கொண்டிருக்கும்போதே கதிருக்குத் தோன்றியது, தான் அவர் பக்கம் சாய்கிறோம் என்று. எங்கே தனக்குள் அவர் செய்தது குற்றமல்ல என்று தோன்றிவிடுமோ என்று நினைத்தபோதே வலுக்கட்டாயமாக அவர்மீது கோபத்தை வரவழைத்துக்கொண்டான்.

குழப்பத்தின் மத்தியிலேயே அவன் நடமாட்டம் அன்று இருந்தது. டவுசர் பெரியவர் அவனைக் கவனித்துக்கொண்டேயிருந்தார். அவன் எதிர்பாக்காத நொடியில் சட்டென அவனிடம் கேட்டார், "ஆமா யாரு அவுரு. ரொம்ப வேண்டியவரா?"

"யாரணா கேக்கறீங்க?"

"அதான், நேத்து பாத்ததும் உன் மூஞ்சி மாறிப்போச்சே. அதுக்கு எழுந்து விறு விறுன்னு ஓடன."

கதிர் அமைதியாக இருந்தான்.

"இன்னாடா கேட்டுனே இருக்கன், கம்முன்னு இருக்க."

"எங்கப்பாணா."

"ஓ..."

"வூட்டுக்கு போயி இன்னா பண்ண. அந்தாளு மானத்த வாங்கிட்டியா?"

கதிர் பெரியவரை ஒருமாதிரியாக பார்த்தான்.

"இல்லடா, நீ ஓடன வேகத்துக்கு அதான் செஞ்சிருப்பன்னு நெனச்சேன்."

"அதெல்லாம் ஒன்னும் பண்ணல. எங்கப்போனன்னு கேட்டேன். ஃபிரண்ட பாத்துட்டு வந்தேன்னு சொன்னார்."

"செரி அத அத்தோட வுடு."

"எப்புடிணா வுடறது. வேற யாராவது பாத்துட்டு எங்கம்மா கிட்ட சொன்னா."

"நான் ஒன்னு சொல்லட்டா, உங்கம்மாவுக்கே இது தெரிஞ்சிருந்தா ஆச்சிரியபடறதுக்கு இல்ல."

கதிர் குழப்பமாக அவரைப் பார்த்தான்.

“பின்ன இன்னாடா. இந்த உடம்பு இன்னா நம்ப இஷ்டத்துக்கு ஆடற மிஷினா? இரண்டு புள்ள பெத்ததும், அதுங்க கொஞ்சம் வளந்ததும் டக்குன்னு எல்லாத்தயும் உட்றுனா, அது உட்றுமா. காசு இருக்கறவன் தனியா ரூம் வெச்சி வூடு கட்டிக்கிறான். இல்ல வாடகைக்கு போயிக்கிறான். இல்லாதவன் இன்னாடா பண்ணுவான். தம்தூண்டு வூட்டுல புள்ளய வெச்சிகினு. இதோ இந்த ஆம்பளங்கலாவது இதுமாதிரி எதுனா செஞ்சிகிலாம். பொம்பளைங்க நெலமைய யோசிச்சி பாரேன். இத்தோட உங்கப்பா நிறுத்திகினாறேன்னு சந்தோசப்படு. அவன் அவன் இன்னா இன்னாமோ பண்றான். வுட்றா மயிறு.”

“அதுக்கு இப்போ நானே போயி அவுருக்கு டிக்கெட் எடுத்து குடுத்து உக்காற வெச்சிட்டு வரவா.”

“டேய்... அவர வரக்கூடாது, போவக்கூடாதுன்னு சொல்ல உனுக்கு எந்த இதுவும் இல்ல. அவுரு வரத பாக்க உனுக்கு புடிக்கலனா நீ இங்க வராத. அவ்ளோதான்.”

“நானும் அதான் நெனச்சின்னு இருக்கேன். இனிமே இங்க வரவேணாம்னு.”.

“நெனச்சிட்டல்ல அப்ப உடனே கிளம்பிடு.”

“அண்ணன் வரட்டும் சொல்லிட்டு போறன்.”

“வேணாம். நீ கிளம்பு நான் சொல்லிக்கிறேன். அவன் வந்தா உன்ன போவ வுடமாட்டான். நீயும் மண்டையா ஆட்டிக்கினு செரின்னு சொல்லுவ. போ. ஒழுங்கா படி. இங்க இன்னா வேலையா இல்ல போ.”

கதிர் அவரை உற்றுப் பார்த்தான். சட்டென எழுந்து அந்த அறையைவிட்டு வெளியேறினான்.

◆◆◆

துரதிர்ஷ்டம் நிரம்பி வழியும் மஞ்சள் நிறப் பூ

அவள் அந்தக் கடையில் தொங்கிக்கொண்டிருந்த கருப்பு நிறச் சட்டையையே பார்த்துக்கொண்டிருந்தாள். தன் கையில் பையில் மறைத்து வைத்திருக்கும் பணத்தையும் அதைக் கொடுக்கும் போது அம்மா சொன்னதும் நினைவிற்கு வந்தது, “இதப் பாரு, உங்கப்பா கிட்ட அது வோணும் இது வோணும்னு அடம் புடிக்காத. வாங்கி குடுக்கறத வாங்கின்னு வா. இந்தா இத வெச்சிக்கோ, காசு பத்தலன்னு உங்கப்பா முழிச்சாருன்னா இதக்குடு.”

“செல்லக் குட்டி” என்றக் குரலைக் கேட்டு அவள் சுய நினைவுக்கு வந்தாள்.

“அப்பா” என்று முகம் மலர்ந்தாள். மலர்ந்த அந்த முகத்தில் அவளையும் மீறி கண்ணீர் துளிர்த்தது. அப்பாவை இறுக்க அணைத்துக்கொண்டாள். “அப்பா குல்ஃபி சாப்புடலாமா?”

“மொதல்ல துணி எடுத்துடுவோம்” என்று சொல்லி விட்டு இருவரும் கடைக்குள் சென்றனர். அவள் திரும்பித் திரும்பி வாசலில் தொங்கிக்கொண்டிருந்த அந்த சட்டையையே பார்த்துக்கொண்டிருந்தாள்.

“செல்லக்குட்டி இது நல்லாருக்கா?”

“போப்பா. எனக்கு இன்னா கலர் புடிக்கும்னு உனுக்கு தெரில.”

அவர் முகம் சட்டென வாடினாலும் அதை சமாளித்துக்கொண்டே, “என் செல்லக்குட்டிக்கு

இன்னா புடிக்கும்னு எனக்கு தெரியாதா. இது உனுக்கு நல்லாருக்கும்னேன்னு சொன்னேன்."

"அப்டியா? இது எனுக்கு நல்லாருக்குமா."

"பின்ன... செரி சைஸ் சரியா இருக்குதா."

"ம்."

அவர் அதை மட்டும் எடுத்துக்கொண்டு கவுண்டருக்கு சென்று பேரம் பேசத் தொடங்கினார். "ஒரே விலை பேரம் பேசாதீர்" என்று அங்கு இருந்த பலகையை அவர் படிக்கவே இல்லை. படித்தாலும் அவர் இப்படித்தான் செய்வார் என்று அவளுக்கு தெரியும். ஒருவழியாக அவர் அந்த துணியை வாங்கிவிட்டார்.

"போலாமா?"

அவள் அங்கேயே தயங்கியவாறு நின்றுகொண்டிருந்தாள்.

"இன்னா?"

அவள் கடை வேலையாளிடம் வெளியே தொங்கிகொண்டிருந்த சட்டையை காட்டி "அது எவ்ளோ" என்றாள். அவர் விலையை சொன்னதும் அவள் முகம் பிரகாசமானது. "அத எடுங்க" என்றாள். அவள் அப்பா குழப்பமாக "இன்னாத்துக்கு அது" என்றார்.

"எனக்கும் உனக்கும் ஒரே நாள்ல தான பொறந்த நாளு. உனுக்கு."

அதைக் கேட்டதும் அவர் சற்று நெளிந்தார். அதைப் புரிந்து கொண்ட அவள் "எங்கிட்ட காசு இருக்குது" என்றாள். அவர் எதுவும் சொல்லவில்லை. இருவரும் சட்டையை வாங்கிக்கொண்டு வெளியேறினர். அவர் அவளை சைக்கிளில் ஏற்றிக்கொண்டு வீட்டை நோக்கி சென்றுகொண்டிருந்தார். எதும் பேசவில்லை. அவள் முன்னங்கம்பியில் உட்கார்ந்துகொண்டு அந்த சட்டையை வைத்துக்கொண்டு பேசிக்கொண்டே வந்தாள்.

"இந்த சட்டையில் ஒரு பூ இருக்குதுல அதுதான் நானு. எனக்கும் மஞ்ச கலருதான் புடிக்கும்னு உனுக்கு தெரியாதுன்னு எனக்கு தெரியும். இந்த மஞ்சக் கலரு பூ இருக்குதுல்ல, இதுதான் மேஜிக் பூ. இதோ இந்த பூலருந்து ஒன்னு வழியுதுல அதுதான் உன் அதிர்ஷ்டம். நீ எங்கன்னா போவும் போது இந்தச் சட்டைய போட்டுன்னு போ. இன்னா?"

துரதிர்ஷ்டம் நிரம்பி வழியும் மஞ்சள் நிறப் பூ ★ 35

தெருமுனைக்கு வந்ததும் அவர் சைக்கிளை நிறுத்தினார். அவர் கண்கள் கலங்கியிருந்தன. அவளும் அழத் தொடங்கினாள்.

“அப்பா வூட்டுக்கு வாயேன்.”

“வேணாம். நீ பத்தரமா போ. ஒழுங்கா படி. அம்மாவ பாத்துக்கோ” என்று அவளை அணைத்து நெற்றியில் ஒரு முத்தம் வைத்துவிட்டு அனுப்பிவைத்தார். அவள் போவதையே பார்த்துக்கொண்டிருந்தார்.

***

சரியாகச் சொல்வதென்றால் உப்பளம் சாலையில் இந்திரா காந்தி விளையாட்டு அரங்கத்திற்கு சற்றுத் தள்ளி எதிர் திசையில் இருந்தது அந்த அரசு தங்கும் விடுதி. விடுதியிலிருந்து சிறிது தூரத்தில் புதுச்சேரி ரயில் நிலையமும், நடக்கின்ற தூரத்தில் கடலும் இருந்தது. அங்கே கரை முழுக்க கற்களால் நிரம்பியிருந்ததால் அதை கடல் என்று மட்டும்தான் சொல்ல வேண்டும். கரையற்ற கடல். அந்த விடுதியின் இரண்டாவது மாடியில் சாலையைப் பார்த்த மாதிரியான ஒரு அறையின் வாசலில் கிட்டத்தட்ட உடையும் நிலையில் இருந்த ஒரு பிளாஸ்டிக் நாற்காலியில் தவிப்புடன் உட்கார்ந்திருந்தான் கதிர். கிழக்குப் பார்த்த அறை என்பதால் காலை வெயிலில் ஒதுங்கவும் முடியாமல் உள்ளே இருப்பவர்களின் பேச்சுகளைச் சகித்துக்கொள்ளவும் முடியாமல் நிமிடத்திற்கொருமுறை விடுதியின் வாசலையே எட்டிப் பார்த்துக் கொண்டிருந்தான். சரியாக ஆறடி உயரம். காப்பிதூள் நிறம். முகம் முழுக்க பருக்கள் குடியிருந்த அடையாளம். ஒட்ட வெட்டப்பட்ட தலைமுடி. நைந்துபோன வாரைக் கொண்ட, குபேர் பஜாரில் எண்பது ரூபாய்க்கு வாங்கிய கைக்கடிகாரத்தை கட்டியிருந்தான். கணுக்கால் எட்டாத பேண்ட்டும், அவன் உடலுக்கு பொருந்தாத சட்டையையும் அணிந்திருந்தான். மறக்காமல் சட்டையின் கையை மடித்துவிட்டிருந்தான். இரண்டுமே நிச்சயம் அவனுடைய உடைகள் கிடையாது. ஒரு ஐந்து ரூபாய் பேனாவை மேல் பாக்கெட்டில் வைத்திருந்தான்.

“இந்த ஆளுக்கு இன்னிக்கி இன்னாத்தான் கேடு, ச்சைச்” என்று மனதிற்குள் சொல்லிக்கொண்டான்.

கதிருக்கு வெறுப்பாக இருந்தது. தேவையில்லாமல் வந்து தலையைக் கொடுத்துவிட்டோமோ என்று இரண்டு மூன்று நாட்களாக

தோன்றிக்கொண்டே இருந்தது. தனது கைக்கடிகாரத்தைப் பார்த்தான். மணி சரியாக ஒன்பதரையாகி இருந்தது. அவன் மணி பார்த்ததை உள்ளே இருந்து கவனித்த ஒருவர், "இந்நேரம் கடைங்களாம் தொறந்திருப்பாங்கல்ல" என்றார்.

கதிர் 'ஆமாம்' என்பதுபோல் தலையசைத்தான்.

"பாய் வர லேட்டாவும்னு நேத்தே சொல்லிட்டுப் போனாரு. நீங்க கொஞ்சம் போயிட்டு வந்துடறீங்களா" என்றார் அவர்.

கதிர் பதிலேதும் பேசாமல் எழுந்து அவர் அருகில் சென்றான். உள்ளே அவரைத் தவிர இன்னும் நான்கு பேர் இருந்தனர். அதில் ஒருவர் தன் பாக்கட்டில் இருந்து இரண்டு ஐநூறு ரூபாய்களை எடுத்து கதிரிடம் பெருமையாக கொடுத்தார். அவன் அதை வாங்கிக்கொண்டு வெளியே வந்தான். யாருக்கு என்ன வேண்டும் என்று அவனுக்கு நன்றாகத் தெரியும். மனதிற்குள் பாயை திட்டினான். 'அந்தாளு ஒழுங்கா வந்திருந்தா'. வெளியே வந்து படியிறங்க ஆரம்பித்ததும் பின்னாலிருந்து ஒரு குரல் அவனை அழைத்தது.

"தம்பி..."

கதிர் நின்று திரும்பிப் பார்த்தான்.

"எல்லாத்தையும் வாங்கிட்டு கரெக்டா கணக்கு எடுத்தாந்து குடு, நீ உனுக்கு எதையும் வாங்கிக்காத."

கதிருக்கு ஆத்திரமாக வந்தது. பதிலேதும் சொல்லாமல் படியிறங்கிச் சென்றான். இருக்கின்ற வேலையைப் பார்த்துக்கொண்டு ஒழுங்காக இருந்திருக்கலாம் என்று நினைத்து தன்னை நொந்துகொண்டான்.

***

கிட்டத்தட்ட ஒரு வருடத்திற்கு முன் அவன் புதுச்சேரி பேருந்து நிலைத்திற்கு எதிரில் இருந்த ஒரு தெருவில் இயங்கிக்கொண்டிருந்த ஒரு தனியார் தொலைக்காட்சியில் தன் எதிர் வீட்டு பெருமாள் அண்ணனால் சேர்த்துவிடப்பட்டிருந்தான். அங்கு வேலை செய்த ஆறு மாதத்தில் ஒரேஒரு முறை எண்ணூறு ரூபாய் சம்பளம் பெற்றான். ஆனால் வேலைகளை நன்றாக கற்றுக்கொண்டான். ஆறாவது மாதத்தில் சேனல் கைமாறியது. கதிருக்கு அதற்கு மேல் அங்கு இருக்கப் பிடிக்காமல் மீண்டும் பெருமாள்

அண்ணனிடம் சென்று நின்றான். இந்த முறை அவர் ஒரு அரசியல்வாதி நடத்திக்கொண்டிருந்த சேனலில் கதிரை வேலைக்குச் சேர்த்துவிட்டார். புதுச்சேரியில் சேனல்களுக்கு பஞ்சமில்லை. வேலைகள் முன்பு இருந்ததை விட அதிகமாக இருந்தது. சரியாக வீட்டிக்கு போக முடியவில்லை. அடுத்த ஆள் அடிக்கடி வராமல் போனான். அவனுக்கும் சேர்த்து வேலை செய்ய வேண்டிய நிலையில் சோர்ந்து போனான். வேலையை விட்டு நின்றுவிடலாமா என்று அடிக்கடி தோன்றியது. அவன் வேலைக்குச் சேர்ந்த சில நாட்களில் அப்படித்தான் ஒரு பையன் சொல்லாமல் நின்றுவிட்டான். இத்தனைக்கும் அவன் உள்ளூர் கூட இல்லை. விழுப்புரத்தைச் சேர்ந்தவன். ஆனால், அவனைத் தேடி கண்டுபிடித்து கூட்டிக்கொண்டு வந்து அடித்து அனுப்பினார்கள். என்ன செய்வதென்றே தெரியாத ஒரு இக்கட்டான சூழ்நிலையில், கிழிக்கப்படாமல் இருக்கும் நாள்காட்டியை போல் வாழ்க்கை அங்கேயே நின்றுவிட்ட ஒரு நாளில்தான் அவன் கணபதியை சந்தித்தான். கணபதி அவன் வேலை செய்யும் இடத்திற்கு அவனுக்கு மேல் இருக்கும் ஒருவனைப் பார்க்க வந்திருந்தார். நாளடைவில் அவன் கணபதியுடன் நெருக்கமானான். ஆனால், ஆரம்பத்தில் கணபதி தான் யாரென்று அவனிடம் சொல்லவேயில்லை. கதிருக்குள் இருக்கும் சினிமா ஆசையை அவர் அவன் பேச்சின் ஊடே தெரிந்துகொண்டிருந்தார். கிட்டத்தட்ட இரண்டு மாதங்களுக்கு பிறகுதான் அவர் சினிமாவில் உதவி ஒளிப்பதிவாளராக இருப்பதாகவும் சமீபத்தில் வெளியான ஒரு பெரிய நடிகரின் படத்தில் வேலை செய்திருப்பதாகவும் அடுத்ததும் ஒரு முக்கியமான படம் தொடங்க இருப்பதாகவும் தெரிவித்தார். கதிருக்கு பிரமிப்பு அடங்கவேயில்லை. அவன் நெருங்கிப்பழகும் முதல் சினிமாக்காரராக கணபதி இருந்தார். அதேநேரம் கதிரின் கண்களில் இரு மின்னல் தோன்றி மறைந்ததை அவர் கவனிக்கத் தவறவில்லை.

“வேணாம் கதிரு. ஏற்கனவே நீ கஷ்டப்படற குடும்பம் வேற. ஒழுங்கா ஒரு வேலைக்குப் போய் சம்பாதிக்கற, அத வுட்டுடாத.”

“ண்ணா... ஒரு ரெண்டு வருஷம் டிரை பண்றேன். கிடைக்கலனா மறுபடியும் வேலைக்கு போயிடறன். பெருசா ஒண்ணும் ஆயிடாது.”

“இப்புடித் தான் ஆரம்பிக்கும். எத்தினி பேர நான் பாத்துகிறேன்.”

"ண்ணா..."

"செரி ஆவட்டும், பாக்கறன்."

பின் வந்த நாட்களில் கணபதி அவரது சில நண்பர்களை அறிமுகப்படுத்தினார். அவர்கள் அனைவரும் உதவி இயக்குனர்கள் என தங்களை அறிமுகப்படுத்திக்கொண்டனர். ஆனால், அவர்கள் எந்த இயக்குநரிடமும் வேலை பார்த்ததாகவோ மேலும் புதுச்சேரியை விட்டு வெளியேறியாதாகவோ அவனுக்கு நினைவிலேயே இல்லை.

கதிர் வேலையை விட்டுவிட்டு கணபதியுடன் சுற்ற ஆரம்பித்தான். அவர் படப்பிடிப்புக்கு போகும்போது அழைத்துப் போவார் என நம்பினான். நாட்கள் சென்றுகொண்டேயிருந்தது. ஆனால், அவர் எங்கும் போவது போல தெரியவில்லை. மேலும் பலர் கதிருக்கு அறிமுகமாகினர். அவர்கள் அனைவரும் தங்களை உதவி இயக்குநர் என்றும் உதவி ஒளிப்பதிவாளர் என்றும் படம் இயக்க தயாரிப்பாளரை தேடுவதாகவும் சொல்லிக்கொண்டிருந்தனர். ஆனால், உள்ளூரிலேயே ஏதாவது ஒரு வேலை செய்துகொண்டிருந்தனர். பெரும்பாலும் நேருவீதியில் ஏதாவது ஒரு துணிக்கடையில் சேல்ஸ்மேனாக இருந்தனர். இவர்களின் கணக்கு என்னவென்றே கதிருக்கு புரியாமல் இருந்தது.

அப்போது புதுச்சேரியில் அதிக அளவில் திரைப்படப் படப்பிடிப்பும் விளம்பரப்பட படப்பிடிப்பும் நடக்கத் தொடங்கியிருந்தது. ஒருகட்டத்தில் ராசியில்லாத இடமாகக் கருதப்பட்ட புதுச்சேரி, திடீரென்று ஏதோ ஒரு படம் முழுவதுமாக எடுக்கப்பட்டு அது வெற்றியும் அடைந்ததால் சென்னையிலிருந்த சினிமாக்காரர்களின் கழுகுப்பார்வை வெறும் மூன்று மணி நேர தூரத்தில் இருக்கும் புதுச்சேரியை வட்டமடித்தன. அரசும் அவர்களுக்கு ஆதரவுக் கரம் நீட்ட ஒயிட் டவுனும் கடற்கரையும் அதையொட்டிய பூங்காவிலும் அதைச் சுற்றிய தெருக்களையும் ஆங்காங்கே இருக்கும் மஞ்சள் வண்ண சுவரையும் சுற்றிச் சுற்றி வந்தனர். இதையெல்லாம் வேடிக்கைப் பார்த்துக்கொண்டிருந்த உள்ளூர் இளைஞர்களின் கனவில் சினிமா வேர்விடத் தொடங்கியது.

திடீரென்று ஒருநாள் மாலை கணபதி கதிரை செல்போனில் அழைத்தார். உடனடியாக குபேர் பஜார் பின்னால் இருக்கும் மைதானத்திற்கு வரும்படி சொன்னார். கதிருக்கு தலைகால்

புரியவில்லை. நிச்சயம் இது சினிமா சம்பத்தப்பட்ட ஏதோ ஒன்று என்று மட்டும் அவனுக்கு நிச்சயம் தெரிந்தது. சைக்கிளை எடுத்துக்கொண்டு வேகமாக சென்றான். முதலியார்பேட்டையிலிருந்து பதினைந்து நிமிடத்தில் வந்து சேர்ந்தான். கணபதியுடன் இன்னொருவர் நின்று பீடி பிடித்துக் கொண்டிருந்தார். அழுக்காகவும் போதையாகவும் இருந்தார். கதிர் தயங்கிக்கொண்டே அவர்கள் அருகில் சென்றான். அவர் கதிரை அலட்சியமாகப் பார்த்தார்.

“கதிரு, இவுரு தான் தமீம் பாய்.”

கதிர் தலையாட்டினான். அவர் அவனையே பார்த்துக் கொண்டிருந்தார். கதிர் திரும்பி கணபதியைக் கேள்வியுடன் பார்த்தான்.

“சென்னையிலருந்து ஒரு குரூப் டிஷ்கஷனுக்கு வந்திருக்குது. அவங்களுக்கு நல்ல எழுதற மாதிரி ஒரு ஆளு வோணுமாம். அதான் உன்னக் கூப்டன். அவுரு கூட போய் பாரு. செட்டானா ஓர்க் பண்ணு. இன்னான்னு பாத்து எனக்கு போன் பண்ணு. நான் காலையில காரக்குடிக்கு ஷூட்டிங்கு போறேன். எதுனானா நைட்டு பத்து மணிக்கு மேல பண்ணு. எடுக்கலனா வுட்ரு. நானே திரும்ப அடிக்கறன்” என்று சொல்லிவிட்டு வண்டியை எடுத்துக்கொண்டு புழுதியில் புகுந்து மறைந்தார். கதிர் அப்படியே பிரமைபிடித்தது போல் நின்றிருந்தான். திரும்பி அவரைப் பார்த்தான். அதற்காகவே காத்திருந்தவர் போல், “தம்பி ஒரு தம்மு வாங்கு” என்றார்.

“இன்னா சிகரெட்டு.”

“ஃப்ள்ட்ரு.”

அவன் வரும் போது அவர் பீடி குடித்துக்கொண்டிருந்ததை நினைத்துக்கொண்டான். ஒரு சிகரெட் வாங்கிக்கொடுத்தான். அவர் அதைப் பற்ற வைத்து பொறுமையாக இழுத்து முடித்து கீழே போட்டு மிதித்துவிட்டு அவனைப் பார்த்து ‘வா’ என்று அழைத்துவிட்டு நடக்கத் தொங்கினார்.

தூரத்தில் எதாவது கார் அல்லது பைக் இருக்கும் அதில் ஏறி எதாவது ஹோட்டல் அறைக்குப் போகப் போகிறோம் என்று நினைத்துக்கொண்டான்.

"உன் பேரு இன்னா?"

"கதிரு."

அவர் நேராக பூட்டப்பட்டிருந்த ஒரு கடையின் வாசலுக்கு சென்றார். அங்கே கைலிக் கட்டிக்கொண்டு ஐந்து கிழவர்கள் நின்று சிரித்துப் பேசிக்கொண்டிருந்தனர். அவர்கள் அருகே செல்லச் செல்ல பாய் சிறிது சிறிதாக தன் உடலில் பணிவின் அளவைக் கூட்டிக்கொண்டே சென்று அவர்களை நெருங்கியதும் அதன் இறுதி வடிவத்தை எட்டி, குரலில் ஒலி அளவுகளை சரி செய்துவிட்டு "சார்" என்றார்.

அந்தக் கூட்டத்தில் வாய் முழுக்க வெற்றிலையை குதப்பிக் கொண்டிருந்த ஒருவர், "என்ன பாய், போலாமா" என்றார்.

"சார். எழுத பையன் வேணும்னு கேட்டீங்களே" என்று கதிரைக் காட்டினார்.

கதிர் ஒன்றும் புரியாமல் விழித்தவாறு நின்றிருந்தான். அவர்கள் அனைவரும் கதிரை ஏற இறங்கப் பார்த்தனர். வெற்றிலை வாயர் மட்டும் கதிரிடம் தன் கேள்விகளைத் துப்பினார்.

"பேரு என்னப்பா?"

"கதிர்."

"என்னப் படிச்சிருக்க?"

"கரஸ்ல பி.ஏ. படிக்கறன். தேர்ட் இயர்."

"கையெழுத்து நல்லா இருக்குமா?"

இந்தக் கேள்விக்கு கதிருக்கு என்ன பதில் சொல்வதென்றே தெரியவில்லை. அமைதியாக இருந்தான். அவர் தனக்குப் பின்னால் மூடப்பட்டிருந்த ஷட்டரில் ஒரு பையை சாய்த்து வைத்திருந்ததை அவர் திரும்பி அதை எடுக்கும் போதுதான் கவனித்தான். அவர் அதிலிருந்து ஒரு ஃபைலை எடுத்து அதற்குள்ளிருந்து ஒரு பேப்பரை எடுத்து ஃபைல் மீது வைத்து எழுதிக்காட்டச் சொன்னார். கதிர் என்ன எழுதுவது என குழப்பமாக நிற்க, "உன் பயோடேட்டாவ தமிழ்ல எழுது" என்றார். அவன் வேகமாகவும் அதே நேரம் சற்று அழகாகவும் எழுதிக் கொடுத்தான். அவர் அதை வாங்கிப் பார்த்துவிட்டு அவர் அருகே உட்கார்ந்திருந்த இன்னொருவரிடம்

கொடுக்க அவர் கையெழுத்தை மட்டும் பார்த்துவிட்டு சரியென்று தலையசைத்தார்.

அதன் பிறகே வெற்றிலை வாயர் ஒவ்வொருவராக அறிமுகப்படுத்தினார்.

அவர் அருகே அமர்ந்திருந்தவரைக் காட்டி "இவர் தான் ரைட்டர்" என்றார். அவர் எதிரில் நின்றுகொண்டிருந்த ஒரு பெரியவரைக் காட்டி "இவர் ஒரு டைரக்டரு, நம்ப படத்துக்கு சப்போர்ட் பண்ண வந்திருக்காரு" என்றார். அவர் அருகே நின்றிருந்த இன்னொருவரையும் காட்டி அதையே சொன்னார். அவர்கள் இருவருக்கும் பின்னால், தனக்கும் இவர்களுக்கும் சம்பந்தமேயில்லை என்ற ரீதியில் ஆறடியில் முன்மண்டையில் சில முடிகளும் பின் மண்டையில் இன்னும் சில முடிகளும் ஆகிய மொத்த முடிகளும் நரைத்துப்போய் நல்ல தடிமனான சோடாபுட்டி கண்ணாடி போட்டுகொண்டு சட்டையில் ஒழுக ஒழுக பாணிபூரி சாப்பிட்டுக்கொண்டிருந்தவரைக் காட்டி "இவர் தான் புரொடியூசர்" என்றார். அவர் இவர்கள் பேசிக்கொண்டிருந்த எதையும் காதில் போட்டுக்கொள்ளாமல், அடுத்த பாணிபூரியையாவது ஒழுகாமல் சாப்பிட வேண்டும் என்ற சிரத்தையில் இருந்தார். கடைசியாக வெற்றிலை வாயர் தன்னையும் அறிமுகப்படுத்திக்கொண்டார்.

"நான் தான் இந்தப் படத்துக்கு டைரக்டர்."

பல அதிர்ச்சியில் இதுவும் ஒன்று என்று கதிர் அமைதியாக தலையை ஆட்டினான்.

"சரிப்பா காலையில் ஒன்பது மணிக்கு வந்துடு, பாய் எங்க வரணும்னு சொல்லிடுங்க" என்றார் டைரக்டர்.

கதிர் ஒருவழியாக விடைபெறலாம் என்று நகர்ந்தபோது பாணிபூரியை சாப்பிட்டுவிட்டு புரொடியூசர் என்று சொல்லப்பட்டவர் அங்கே வந்தார்.

"என்ன போலாமா. யாரு புள்ளாண்டான்?"

"ரைட்டருக்கு அசிஸ்டெண்ட், பாய் ஆளு."

இந்த வார்த்தையை கேட்டதும் பாய் பெருமையாக முகத்தை வைத்துக்கொண்டார்.

"என்னப்பா, பேரு என்ன?"

"கதிரு."

"நான் யாரு தெரியுமோ?"

"ம்... சொன்னாங்க சார்."

"என்ன சொன்னாங்க?"

"நீங்க தான் புரொடியூசர்ன்னு."

"வேற ஒன்னும் சொல்லலயா, இப்படித்தான் எனக்கு பப்ளிசிட்டியே பண்ணமாட்டேங்கறீங்க" என்ற மற்றவர்களிடம் கோபித்துக்கொண்டார். பிறகு கதிரிடம் திரும்பி, "தம்பி... நான் தான் இந்த படத்தோட ஹீரோ."

கதிர் அதிர்ச்சியாக பாயைப் பார்த்தான். அவர் சிரிக்காமல் அமைதியாக நின்றுகொண்டிருந்தார்.

அவர்கள் சொன்ன இடத்திற்கு போகலாமா வேண்டாமா என்று இரவு முழுவதும் கதிர் தவித்துக்கொண்டிருந்தான். கணபதிக்கு போன் செய்து அனைத்தையும் சொன்னான். விழுந்து விழுந்து சிரித்தவர், "சும்மா இருக்கறதுக்கு போய்ப் பாரு, எதாவது எக்ஸ்பீரியன்ஸ் கெடைக்கும்" என்றார்.

மறுநாள் காலை எட்டரை மணிக்கே அவர்கள் தங்கியிருந்த அரசு விடுதிக்கு சென்றான்.

அதன்பிறகு கதிர் பாயுடன் கொஞ்சம் கொஞ்சமாக நெருக்கமானான். ஆரம்பத்தில் தன்னைப் பெரிய ஆளாகக் காட்டிக்கொண்ட பாய் பிறகு கதிருடன் இயல்பாக பழக ஆரம்பித்தார். அந்த சினிமா குழுவுக்கு தேவையான அனைத்தும் பாய் தான் பார்த்துக்கொண்டார். அவ்வப்போது கதிரும் அவருடன் போவான். பாய் எப்போதும் தன் கமிஷன் போகவே மீதி பணத்தைக் கொடுப்பார். அது அவர்களுக்கும் தெரியும். பாய் இல்லாமல் உள்ளூரில் ஒன்றும் ஆகாது என்றும், அவர்களுக்கு பணம் செலவழிப்பவனுக்கு ஏற்கனவே பாயால் வேறு ஒரு தர்ம சங்கடமான நிலை ஏற்பட்டுள்ளதால் அவரும் பாயை எதுவும் கேட்பதில்லை.

கதிர் அந்த குழுவுடன் இணைவதற்கு முன் ஒரு நாள் அவர் பாயிடம் கணக்குக் கேட்டுள்ளார். மறுநாள் பாய் வாங்க வேண்டியவற்றுக்கு பதிலாக மட்டமான சரக்கும் குறைந்த அளவுக்கு உணவும் வாங்கிவந்துக் கொடுத்துள்ளார். கேட்டதற்கு அதிகமாக செலவழிக்க வேண்டாமென்று அவர் தான் சொன்னதாக போட்டுக்கொடுத்துள்ளார். அன்றிலிருந்து அவர் பாயிடம் வைத்துக்கொள்வதில்லை.

இவர்களுக்கு செல்வழிக்க உள்ளூரில் எப்படி ஆட்கள் பிடிக்கிறார்கள் என்று கதிருக்கு யோசனையாகவே இருந்தது. ஒருநாள் பாயிடம் கேட்டான்,

"சினிமா ஆசை இருக்கறவன் அத மூஞ்சிலயே வெச்சிருப்பான். பாத்தாலே தெரிஞ்சிடும்."

அதன் பிறகு அந்தக் குழு முதல்கட்ட ஸ்கிரிப்ட் வேலைகளை முடித்துக்கொண்டு சென்னைக்கு திரும்பியது. ஆனால், கதிரும் பாயும் எப்போதும் ஒன்றாகவே சுற்றிக்கொண்டிருந்தனர். பாய் அவர் வேலை பார்க்கும் சினிமா படப்பிடிப்புகளுக்கு கதிரையும் கூட்டிக்கொண்டு சென்றார். சில நேரம் வேடிக்கைப் பார்ப்பான். சில நேரங்களில் எதாவது வேலை வாங்கிக் கொடுப்பார். அப்போதெல்லாம் தங்களை சினிமாக்காரர்கள் என்று சொல்லிக்கொள்பவர்கள் தவறாமல் படப்பிடிப்பைப் பார்க்க வந்துவிடுவார்கள். அப்போதுதான் கதிர் ஒன்றைப் புரிந்துகொண்டான், இவர்களுக்கு சினிமா ஆசை இருக்கிறது. ஆனால், சென்னைக்கு சென்று கஷ்டப்பட விருப்பமோ தைரியமோ இல்லை. உள்ளூரில் இந்தமாதிரி வேலை செய்து ஏதாவது வாய்ப்பு கிடைக்குமா என்று ஏங்கிக்கொண்டிருக்கிறார்கள் என்று. தானும் அவர்களில் ஒருவனாக மாறிவிடுவோமோ என்று அச்சம் கதிருக்கு மெல்ல கிளைவிடத் தொடங்கியது.

மூன்று மாதங்களுக்குப் பிறகு மீண்டும் அந்தக் குழு புதுச்சேரி வந்து இறங்கியது. இந்தமுறை ஒரு மந்திரியின் தம்பியை எப்படியோ ஸ்பான்சராக மடக்கியிருந்தது. அவருக்கு ஏதோ முக்கியமான கதாபாத்திரம் தருவதாக சொல்லியிருந்தார்கள். மேலும் பேருந்து நிலையத்திற்கு எதிரில் லாட்ஜ் வைத்திருக்கும் ஒருவரையும் பிடித்திருந்தார்கள். அவர் இவர்களின் தினசரி செலவுகளைப் பார்த்துக்கொண்டார். அவருக்கு சினிமாவில் நடிக்க வேண்டும் என்று பெரும் விருப்பமும் அதே நேரம் தினமும் இவர்களுக்கு

செலவழிப்பதில் மனக்கசப்பும் இருந்தது. பாயை ஒன்றும் செய்ய முடியாத கடுப்பில்தான் கதிரிடம் சரியாக கணக்கு காண்பிக்கும்படி கொஞ்சம் மிரட்டலாக சொல்லியனுப்பினார்.

கதிர் விடுதியை விட்டு வெளியே வரும்போதே எதிரில் பாய் வருவதைப் பார்த்துவிட்டான். அவனுக்கு இருந்த கோபத்தில் பாயின் முகத்தையும் அவர் கண்கள் கலங்கியிருப்பதையும் அவன் கவனிக்கவேயில்லை. நேராக பாயிடம் சென்று, "எங்கப் போயி தொலஞ்சீங்க பாய். இதான் கடைசி. இனிமே நான் வரமாட்டேன்" என்று கோவமாகக் கத்தினான்.

பாய் பதிலேதும் பேசவில்லை. அமைதியாக அவனுடன் நடந்துவந்தார். ஒரு பெட்டிக்கடையைப் பார்த்ததும் அங்கே சென்று ஒரு சிகரெட்டை வாங்கிப் பற்ற வைத்துக்கொண்டு ஆழ்ந்த சிந்தனையில் இருந்தார். கதிர் கொஞ்சம் அமைதியடைந்திருந்தான். அப்போதுதான் பாயை கவனித்தான். அவர் கண்கள் கலங்கியிருந்தன.

"கதிரு... நானே உங்கிட்ட சொல்லனும்னு இருந்தேன். இந்த வேலையெல்லாம் உனுக்கு வேணாம் வேற எதுனா பொழப்பப் பாத்துகினு போ."

"இன்னா பாய், இன்னாச்சி?"

"இனிமே இன்னா ஆவனும், ஆவ வேண்டியதெல்லாம் ஆயிடுச்சி. சினிமா சினிமானு குண்டு சட்டியிலயே குதுர ஓட்டிகினு எதுவும் பண்ணாம, வேலைக்கு போவாம, குடும்பத்த பாக்காம எல்லாம் போச்சி."

பாய் அப்படி சொன்னதும்தான் கதிரும் நினைத்துப் பார்த்தான். இத்தனை நாட்களாக பாய் தன் குடும்பத்தைப் பற்றி எதுவுமே சொன்னதில்லையே என்று. அவருக்கு ஒரு குடும்பம் இருக்குமென்றே அவன் யோசித்துப் பார்த்ததில்லை.

"இன்னாச்சி பாய்?"

"என் பொண்டாட்டி புள்ளய இட்டுகினு போயிட்ட."

"அட இதுக்கா ஃபீல் பண்றீங்க, போயி பேசி கூட்டிகினு வாங்க."

"அவ ரெண்டு வருஷருத்துக்கு முன்னாடியே போயிட்டா, அப்பப்ப போயி கூப்டு பாப்பேன். வரவேயில்ல. என் புள்ளய மட்டும்

எப்பவாது பாப்பேன். ஜமாத்துல பேசி முடிச்சி வெச்சிட்டாங்க. காலையில் ஜமாத்துக்கு போயிட்டுதான் வரேன். இனிமே எனக்கும் அவங்களுக்கும் எந்த ஒட்டும் இல்லன்னு சொல்லிட்டாங்க" என்று சொல்லிவிட்டு கையிலிருந்த சிகரெட்டின் கடைசி இழுப்பை ஆழமாக இழுத்துவிட்டு கீழே போட்டார். எங்கே அவர் அழுதுடுவாரோ என்று கதிர் நினைத்தான். அவர் கண்கள் கலங்கியிருந்தன. ஆனால், அவர் வாய்விட்டு அழவில்லை. நிறைய அழுதுவிட்டு இனி ஒன்றுமேயில்லை என்ற நிலைக்கு ஒருவேளை அவர் வந்திருக்கலாம்.

கதிர் கையிலிருந்த கைப்பேசி அடித்தது. எடுத்துப்பார்த்தான். லாட்ஜ்காரன் தான் கூப்பிட்டான். வேண்டாவெறுப்பாக எடுத்து "ஹலோ" என்றான்.

"எங்கப்பா சுத்தின்னு இருக்க."

"வந்துன்னு இருக்கேன் வைங்க" என்று கடுப்பாக சொல்லிவிட்டு போனை அணைத்தான்.

"அந்தாளு கத்தறன், போலாமா."

"ம்."

வேறு எதாவது பேச்சை மாற்றலாம் என்று கதிர், பாயிடம், "சட்ட புதுசா இருக்குது."

"கடைசியா என் புள்ளைக்கு துணி எடுக்கும்போது, அங்க தொங்கின்னு இருந்த சட்டய காமிச்சி இது உனுக்கு நல்லா இருக்கும்னு சொல்லி அதுவே எடுத்து குடுத்துச்சி. இதோ இந்த பூவுல ஏதோ ஒன்னு வழியுதே, அதான் என் அதிர்ஷ்டம். இந்த சட்டய போட்டுன்னு போ எல்லாம் நல்லாதா நடக்கும்னு சொல்லிச்சி."

அதன்பிறகு அவன் எதுவும் பேசவில்லை.

◆ ◆ ◆

தகிக்கும் நிமிடங்கள்

1

நள்ளிரவு தூக்கம் வருவதற்கு சில நிமிடங்களுக்கு முன்புதான் நந்தினி நாளை தற்கொலை செய்துகொள்ளலாமென்று முடிவெடுத்தாள். அவள் முடிவெடுத்த அந்த நொடி அவள் உடலிலிருந்து ஏதோ ஒன்று வெளியேறியதை உணர்ந்தாள். இருந்தாலும் அவளுக்குள் இருந்த பதற்றம் குறையவேயில்லை. நாளைக்குப் பள்ளிக்கூடம் போகாமல் வீட்டிலேயே இதைச் செய்துவிடுவதென்று நினைத்துக்கொண்டாள். தான் இறந்தபின் எல்லாம் முடிந்துவிடுமென்று நம்பினாள். ஆனால், தான் ஏன் இறந்தோமென்று இவர்களுக்குத் தெரிவிக்க வேண்டுமா என்று யோசித்தாள். பிறகு வேண்டாமென்று முடிவெடுத்தாள். தான் ஒரு விஷயத்தை மறைக்கத்தான் சாகவே போகிறோம். பின் அதை ஏன் வெளியே சொல்ல வேண்டும்.

கடந்த ஒரு மாத காலமாகவே நந்தினி தனியாகத்தான் இரவில் படுக்கிறாள். வழக்கமாக தன் அம்மாவுடன் தான் தூங்குவாள். ஆனால், தன்னுடைய பதற்றம் தன் முகத்தில் அப்பட்டமாகத் தெரிவதை அவளே உணர்ந்திருந்தாள். அது தன்னை அம்மாவிடம் காட்டிக்கொடுத்துவிடுமோ என்று அஞ்சினாள். தன் அம்மாவை நெருங்கும்போதும் சரி, அம்மாவைக் கடக்கும்போதும் சரி, ஆமை தன் தலையை உள்ளே இழுத்து மறைத்துக்கொள்வதைப் போல மறைத்துக்கொண்டாள். அப்பாவைப் பற்றி கவலையில்லை. அவர் அதையெல்லாம் கவனிக்கக் கூடியவரோ கவனித்தாலும் பெரிதாக அதைப்

பற்றி அலட்டிக்கொள்ளக் கூடியவரோ அல்ல. ஆனால், அம்மா அப்படியல்ல என்று நந்தினிக்குத் தெரியும். அதனால், இரவில் படுக்கப் போகும்போதெல்லாம் புத்தகத்தை எடுத்து வைத்துப் படிக்க ஆரம்பித்துவிடுவாள். அம்மா கேட்டால், “+2 சிலபஸ இப்பவே எடுக்க ஆரம்பிச்சிட்டாங்க. டெய்லி டெஸ்ட் வெக்கறாங்க” என்று பதில் சொன்னாள். அதன்பிறகு அம்மா எதுவும் சொல்லாமல் உறங்கச் சென்றுவிடுவாள். தான் நாளை சாகப்போகிறோமென்று முடிவெடுத்ததுமே நந்தினிக்குக் கண்ணீர் வந்தது. சிறிது நேரம் அழுதுகொண்டிருந்தாள். எப்போது தூங்கினோம் என்று தெரியாமலேயே தூங்கியிருந்தாள்.

காலை அவள் அம்மா திட்டிக்கொண்டே எழுப்பினாள். “ஸ்கூலுக்கு மணியாவுது, எந்திரிடி” என்று கத்திக்கொண்டே பரபரப்பாக வேலைக்கு கிளம்பிக்கொண்டிருந்தாள். நந்தினி எழுந்தவுடனேயே இரவு அவள் எடுத்த முடிவு அவளுக்கு ஞாபகம் வந்தது. தன் அம்மாவை எரிச்சலுடன் பார்த்தாள். அப்பா குளித்துக்கொண்டிருக்கும் சப்தம் கேட்டது. மெல்ல எழுந்து உட்கார்ந்தாள். “ஏய்... சாப்பாடெல்லாம் செஞ்சி வெச்சிட்டேன். சீக்கிரம் கெளம்பு. எனக்கு அவசர வேலை இருக்குது. சீக்கிரம் போவனும். நாளைக்கு சனிக்கெழம லீவு தானே நாளைக்குத் தூங்கு. இப்போ போ, போயி குளி” என்று சொல்லிக்கொண்டே அவள் வேகவேகமாக வேலைகளைத் தொடர்ந்தாள். அவள் அப்பா குளியலறையிலிருந்து வெளியே வந்து சாமி படத்துக்கு முன்பு நின்று கண்களை மூடிக்கொண்டார். நந்தினி வேகமாகச் சென்று குளியலறைக்குள் சென்று கதவைச் சாத்திக்கொண்டு அப்படியே நின்றுகொண்டிருந்தாள். அவளுக்கு மீண்டும் அழுகை வந்தது.

நந்தினி குளித்துவிட்டு வெளியே வந்தபோது அவள் அம்மா வேலைக்குப் புறப்பட்டுச் சென்றுவிட்டிருந்தாள். அப்பாவும் கிட்டத்தட்ட புறப்பட்டுவிட்டார். “என்ன பாப்பா... இன்னிக்கு இவ்ளோ லேட்டு. அப்பா வேணும்னா ஸ்கூல்ல விட்டுட்டு போகவா” என்றார்.

“வேணாம்பா. நானே போயிக்கிறேன்” என்று சொல்லிவிட்டு அறைக்குள் சென்றுவிட்டாள். சிறிது நேரம் கழித்து “நந்தினி, நான் கிளம்பறேன். வீட்டப் பூட்டிட்டு போ” என்ற அவர் குரல் கேட்டது. அவள் எந்தப் பதிலும் சொல்லவில்லை. சிறிது நேரத்தில்

அவர் வண்டியில் புறப்படும் சத்தம் கேட்டது. நந்தினி அப்படியே கட்டிலில் சரிந்தாள்.

எவ்வளவு நேரம் அப்படியே படுத்திருந்தோமென்று அவளுக்குத் தெரியவில்லை. ஏதேதோ எண்ணங்கள் அவள் மனதில் ஓடிக்கொண்டிருந்தது. தான் இறந்ததும் எப்படி இருப்போம், தன் அம்மாவும் அப்பாவும் எப்படி அழுவார்கள் எனச் சிந்தனைகள் மாறி மாறி வந்துகொண்டிருந்தன. அவள் மீண்டும் எழுந்தபோது மணி பன்னிரெண்டை நெருங்கிக்கொண்டிருந்தது. சரி செத்துவிடுவோம் என்று நினைத்தாள். ஆனால், எப்படிச் சாவது. வீட்டில் விஷம், பூச்சி மருந்து எதாவது இருக்கிறதா என்று தேடினாள். எதுவும் தென்படவில்லை. கொஞ்சம் மண்ணெண்ணெய் இருந்தது. அதை நினைத்தபோதே அவள் உடல் அதிர்ந்தது. பின்வாங்கி வேகமாக மீண்டும் அறைக்குள் சென்றாள். சிறிது நேரம் அமைதி. கீழே அவள் அம்மாவின் புடவை ஒன்று கிடந்தது. இதுதான் சரியென்று நினைத்துக்கொண்டாள். ஆனால், பயம் அவளை எழுந்திருக்க விடவில்லை. ஒருவழியாக அவள் தீர்மானமாக முடிவெடுத்தபோது மணி மதியம் இரண்டை கடந்திருந்தது. வாசல் கதவை தாழ்ப்பாள் போடவில்லை என்பதையே மறந்திருந்தாள். மெல்ல எழுந்து ஒரு ஸ்டூலை எடுத்துக் கட்டில்மேல் போட்டு புடவையை ஃபேனில் கட்டினாள். ஆனால், அவளுக்கு சுருக்குப் போடத் தெரியவில்லை. மீண்டும் கீழே இறங்கி கணினியை இயக்கி சுருக்கு போடுவது எப்படியென்று பார்த்துவிட்டு மீண்டும் ஏறி சரியாகச் சுருக்கைப் போட்டு அதைக் கழுத்தில் மாட்டி ஸ்டூலை கீழே தள்ளினாள். புடவைச் சுருக்கு மெல்ல அவள் கழுத்தை இறுக்கக் கால்கள் உதற ஆரம்பித்தன.

2

புகழேந்தி தனது இருசக்கர வாகனத்தை விட்டு இறங்கி அதை ஸ்டாண்ட் போட்டு நிறுத்திவிட்டு ஒருமுறை நன்றாக மூச்சுவாங்கினார். தெருவே மதிய வெய்யிலுக்குப் பயந்து அடங்கிக் கிடந்தது. புகழேந்தி ஒரு தனியார் நிறுவனத்தில் விற்பனைப் பிரதிநிதியாக இருக்கிறார். அவருக்கு ஒதுக்கப்பட்ட பகுதிகளில் உள்ள கடைகளில் ஆர்டர் எடுத்து, அதை நிறுவனத்திடம் சமர்ப்பிக்க வேண்டும். நிறுவனத்தைச் சேர்ந்த வேறு ஆட்கள் பொருட்களை விநியோகித்துவிடுவர். பின்பு புகழேந்தி அதற்கான தொகையை வசூலிப்பார். எப்போதாவது தனது வீட்டிற்கு

அருகில் வேலையாக வந்தால் சற்று நேரம் வீட்டிற்கு வந்து ஓய்வெடுத்துவிட்டுப் போவார். புகழேந்திக்கு நாற்பத்தைந்து வயதாகிறது. கடந்த பத்து வருடங்களாகவே அவர் உடல் நிலை அவருக்கு எந்த விதத்திலும் சரியான ஒத்துழைப்பை வழங்கவில்லை. அவர் ஆறடி உயரமும் அதற்கேற்ற உடலமைப்பும் கொண்டிருந்தாலும் அவர் மிகுந்த சோர்வுடனேயே எப்போதும் காணப்பட்டார்.

இன்றும் வழக்கம் போல் தனக்கு ஒதுக்கப்பட்ட பகுதிகளில் ஆடர்களை எடுத்துவிட்டு அலுவலகத்திற்குப் போகலாமென்று தான் நினைத்தார். ஆனால், வண்டி ஓட்டிக்கொண்டிருந்தபோதே அவருக்குத் தலைச்சுற்றல் எடுத்தது. சட்டென ஓரங்கட்டி நிறுத்திவிட்டு சற்று இளைப்பாறினார். அருகிலிருந்த கடையில் ஒரு சோடா வாங்கிக் குடித்துவிட்டு வீட்டிற்குப் போகலாமென்று முடிவெடுத்து மெல்ல வண்டியை இயக்கினார். மதிய நேரத்தில் வீட்டில் யாரும் இருக்கமாட்டார்கள் என்று அவருக்குத் தெரியும். மகள் பள்ளிக்கூடம் சென்றிருப்பாள். மனைவியும் வேலை பார்க்கிறார். மகளுக்கு அடுத்த வருடம் பள்ளிப்படிப்பு முடிகிறது. பிறகு கல்லூரிக்கு அனுப்ப வேண்டும். புகழேந்தியின் உடல்நிலையை கருத்தில் கொண்டு அவரை மனைவி வேலைக்குப் போக வேண்டாமென்று சொல்லியிருந்தாள். ஆனால், அவர் தான் விடாப்பிடியாக வேலைக்குச் சென்றுகொண்டிருந்தார். அவர் வெளியே சுற்றிக்கொண்டிருக்கும் நேரங்களில் பலமுறை தலைச்சுற்றல் ஏற்பட்டிருக்கிறது. ஆனால், அதை ஒருபோதும் அவர் வீட்டில் சொன்னதில்லை. இப்போதும் கூட அவருக்கு லேசான தலைச்சுற்றல். கொஞ்சம் படுத்து எழுந்து போகலாமென்று தான் வந்திருந்தார்.

புகழேந்தி மெல்ல கேட்டைத் திறந்து உள்ளே சென்றார். அது ஒரு தனிவீடு. மகளின் காலணிகள் வாசலில் இருப்பதைக் கண்டார். இந்த நேரத்தில் பள்ளிக்கூடம் போகாமல் வீட்டில் என்ன செய்கிறாள் என்று சந்தேகத்துடனேயே கதவின் மீது கைவைத்தார். அது மெல்லத் திறந்துகொண்டது. கதவைக்கூட சாத்தாமல் என்ன பண்றா என்ற கேள்வியுடன் உள்ளே சென்றார். ஹாலில் யாருமில்லை. அறைக் கதவு லேசாகத் திறந்திருந்தது. சந்தேகத்துடன் மெல்லக் கதவைத் திறந்தார். உள்ளே அவர் மகள் நந்தினி தூக்கில் தொங்கி துடித்துக்கொண்டிருந்தாள். சட்டெனப் பதறியவர் “அய்யோ” என்று கத்திக்கொண்டே வேகமாகச் சென்று

கட்டில் மீது மகளின் கால்களைப் பிடித்துத் தூக்கினார். ஒற்றைக் கையால் கால்களைப் பிடித்துக்கொண்டு கழுத்திலிருந்த சுருக்கைக் கழற்றினார். கதறி அழுதுகொண்டே மகளை இறக்கிவிட்டு தலையில் அடித்துக்கொண்டு அழுதார். நந்தினிக்குக் கழுத்து வலித்தது. சில நொடிகள் தான் இருக்கும். அதற்குள் எச்சில் கூட விழுங்க முடியவில்லை. அரை மயக்கத்திலிருந்தாள். கண்களில் நீர் வழிந்துகொண்டேயிருந்தது. இருவரும் நீண்ட நேரம் அழுது அழுது ஓய்ந்திருந்தனர். புகழேந்தி மெல்ல எழுந்து வெளியே வந்தார், திரும்பி ஒருமுறை மகளைப் பார்த்தார். அவள் அசைவற்று அமர்ந்திருந்தாள். சமையலறைக்குச் சென்று தண்ணீர் குடித்துவிட்டு மகளுக்கும் கொண்டுவந்தார். அவள் வாங்கிக்கொண்டாள். அவருக்கு நெஞ்சு வலிப்பதுபோல் இருந்தது. மனைவி வீட்டிற்கு வர எப்படியும் ஏழு மணி ஆகிவிடும். அதற்குள் இதை முடித்துவிட வேண்டுமென்று நினைத்துக்கொண்டார். நந்தினி தண்ணீர் குடித்துக்கொண்டிருக்கும்போதே கீழே கிடந்த ஸ்டூலை எடுத்து மீண்டும் கட்டிலின் மீது போட்டு அதில் ஏறி மின்விசிறியில் கட்டியிருந்த புடவையைக் கழற்றினார். பின்பு மகளை எழுப்பி கட்டிலில் தன் அருகில் உட்காரவைத்துவிட்டு மெல்ல அவள் தலையை வருடி கொடுத்து, "என்ன பிரச்சன" என்றார்.

அவள் எதுவும் பேசாமல் அமைதியாக இருந்தாள். அவருக்கு எரிச்சலாக இருந்தது. இருந்தாலும் அதைக் காட்டிக்கொள்ளாமல் மீண்டும் கேட்டார். அவள் எதுவும் சொல்லவில்லை. எங்கேயோ பார்த்துக்கொண்டு, "எவனாவது லவ் பண்ணி ஏமாத்திட்டானா?" என்றார்.

அவள் ஒருகணம் அதிர்ந்து அவரைப் பார்த்தாள். ஆனால், பதில் எதுவும் சொல்லவில்லை. "இதப்பாரு, எதுவா இருந்தாலும் பரவாயில்லை. என் கிட்ட சொல்லு நான் பாத்துக்கிறேன். உங்க அம்மா வரத்துக்குள்ள நாம இத பேசி சரி பண்ணிடலாம். உங்க அம்மா வந்து அவளுக்கு எதுனா தெரிஞ்சா தாங்கமாட்டா" அவர் பேசிக்கொண்டிருக்கும்போதே அவள் கையிலிருந்த தண்ணீர் சொம்பைத் தூக்கி எறிந்தாள். அது எதிரிலிருந்த சுவரில் பட்டு கீழே உருண்டு சுத்தியது. மிச்சமிருந்த தண்ணீர் அறையெங்கும் சிதறியது.

தகிக்கும் நிமிடங்கள் ★ 51

புகழேந்திக்குக் கோபம் தலைக்கேறியது. முடிந்த அளவிற்குத் தன்னைக் கட்டுப்படுத்திக்கொண்டார். ஆனால், நந்தினி அவரிடம் எதுவும் சொல்வதாகவே இல்லை.

"சரி வேணாம் விடு. என் கிட்ட எதுவும் சொல்ல வேணாம். உங்க அம்மாவுக்கு போன் பண்ணி வர சொல்றேன். உங்க அம்மா கிட்டயாவது சொல்லு."

நந்தினி கோவமாக "அவங்களுக்குலாம் போன் பண்ண வேண்டாம். அவங்க மூஞ்சிலயே நான் முழிக்க விரும்பல" என்றார்.

புகழேந்தி அவளை குழப்பமாக பார்த்தார். "என்னதான் உன் பிரச்சனை" என்று எரிச்சலாகக் கேட்டார்.

"அத சொல்லி நீங்க சாகறதப் பாக்க நான் விரும்பல, அதான் நான் சாகப்போனேன்."

"இதப்பாரு, சும்மா நாடகத்துல வரமாதிரிலாம் பேசாத, எதுவா இருந்தாலும் தெளிவா சொல்லு."

நந்தினி தயங்கினாள். அவள் நா குழறியது. எச்சில் விழுங்கினாள். அவளால் தன் அப்பாவின் முகத்தைப் பார்க்க முடியவில்லை. எங்கேயோ பார்த்துக்கொண்டு, "அப்பா... அம்மாவுக்கு வேற ஒருத்தர் கூட அஃபேர் இருக்கு. போன வாரம் ஒருநாள் நான் மதியமே வீட்டுக்கு வந்தேன். அப்போ அம்மா வேற ஒருத்தர் கூட வீட்டுல இருந்தாங்க."

"என்ன சொல்ற?"

நந்தினி எரிச்சலாக, "ஒருத்தன் கூட படுத்துனு இருந்தாங்க. எல்லாத்தையும் வெளிப்படையா சொல்லனுமா" என்று கத்தினாள்.

புகழேந்தி தளர்ந்து போனார். அருகிலிருந்த நாற்காலியில் உட்கார்ந்துகொண்டார். எதுவுமே பேசவில்லை. அமைதியாக இருந்தார். நந்தினி தலையை உயர்த்தி தன் அப்பாவைப் பார்த்தாள். அவர் கோவமாக இருப்பார். ஆத்திரத்தில் துடிப்பார் என்றெல்லாம் எண்ணினாள். ஆனால், அவர் அமைதியாக இருந்தார்.

நந்தினி மீண்டும் அழத் தொடங்கினாள். "மொதல்ல, அம்மாவ கொண்ணுடலாம்னுதா நெனச்சேன்பா. ஆனா அம்மாவ

கொன்னுட்டு நானும் ஜெயிலுக்கு போயிட்டா நீங்க என்ன பண்ணுவீங்க. ஒருவேளை நான் செத்துட்டா அம்மா திருந்திடுவாங்கன்னு நெனச்சித்தான் இப்படி செஞ்சேன்."

புகழேந்தி மெல்ல தன் மகளின் அருகில் சென்று அமர்ந்துகொண்டார். அவள் அவர் தோளின் மீது சாய்ந்துகொண்டாள். "நந்தினி, நீ ரொம்ப சின்னப் பொண்ணு. உனக்கு இதெல்லாம் எதுவும் புரியாது. நீ இதப்பத்தியெல்லாம் போட்டு எதுவும் குழப்பிக்காத. ஒழுங்காப் படிச்சி பெரிய ஆளா வர வழியப்பாரு."

நந்தினிக்கு ஒன்றும் புரியவில்லை. மெல்ல நகர்ந்து தன் அப்பாவைப் பார்த்தாள். "அப்பா, உங்களுக்கு இது முன்னாடியே தெரியுமா?" என்றாள்.

அவர் பதிலேதும் சொல்லவில்லை. அமைதியாக இருந்தார்.

"தெரிஞ்சும் எப்படிப்பா சும்மா இருக்கீங்க. அசிங்கமா இல்லையாப்பா உங்களுக்கு. எப்படிப்பா இந்த துரோகத்த உங்களால தாங்கிக்க முடியுது" என்று கோபமாகக் கேட்டாள்.

"நந்தினி, நீ சின்னப் பொண்ணு உனக்குச் சொன்னாலும் புரியாது. எல்லாத்தையும் மறந்துட்டு அமைதியா இரு."

நந்தினி அவரை முறைத்தாள். "உங்க மேல இருந்த மரியாதையே போச்சுப்பா. உங்களுக்காகவா சாகப் போனேன். ச்சைச்."

புகழேந்தியின் கண்கள் கலங்கின. அவர் மெல்லப் பேச ஆரம்பித்தார்.

"நானும் உங்க அம்மாவும் லவ் பண்ணித்தான் கல்யாணம் பண்ணிக்கிட்டோம். உனக்கு தெரியுமில்ல."

"அதான்பா நானும் கேக்கறன். லவ் பண்ணி கல்யாணம் பண்ணிகிட்டு எப்படிப்பா உங்களுக்குத் துரோகம் பண்ணலாம்."

"உங்க அம்மா இப்பவும் என்ன லவ் பண்றாதான் எனக்கு அது தெரியும். என்னவிட உன்ன அவளுக்கு அவ்ளோ புடிக்கும்."

நந்தினி அவரை குழப்பமாக பார்த்தாள்.

"இந்த லவ்வு மனசு இதெல்லாம் தாண்டி இந்த உடம்புன்னு ஒன்னு இருக்குல. நாம உண்மையாவே புரிஞ்சிக்க வேண்டியது

இந்த உடம்பைத்தான். அதுக்கு ஒன்னு வேணும்னா அத நாம கொடுத்தாகனும். இல்லனா அது நம்பல விடாது. உங்கம்மாவுக்கு வேணும். என்னால முடியல. உடம்பு ஒத்துழைக்கல. நான் இன்னும் வாழறதே அவளாலதான். அவ என்னப் பாத்துக்கறதுனாலதான்."

"நீங்க பேசறது உங்களுக்கே அசிங்கமா இல்லையாப்பா. அம்மா உங்களுக்குப் பச்சையா துரோகம் பண்ணிட்டு இருக்காங்க. நீங்க என்னடான்னா அத சரின்னு சொல்லிட்டு இருக்கீங்க. வெக்கமாவே இல்லையா உங்களுக்கு."

"துரோகம்னா, நான் அவள சந்தோசமா வெச்சிருந்தும் அவ அப்படிப் பண்ணா அது துரோகம்னு சொல்லலாம். நான் தான் அவள சந்தோசப்படுத்தலயே. அவ என்ன என்னை விட்டுட்டு போயிட்டாளா என்ன. என்னையும் உன்னையும் நல்லாத்தானே பாத்துக்கறா." புகழேந்தி பேசப் பேச நந்தினிக்கு வெறி ஏறியது. தான் கொல்ல வேண்டியது அம்மாவை அல்ல இவரைத்தான் என தனக்குள் சொல்லிக்கொண்டாள்.

இருவருக்குமிடையில் சிறிது அமைதி நிலவியது.

"இது வெளிய தெரிஞ்சா எவ்ளோ அசிங்கம்னு கூடவா உங்க ரெண்டு பேருக்கும் தெரியல. ஆமா, உங்களுக்கு தெரியும்னு அம்மாவுக்குத் தெரியுமா?"

"தெரியாதுன்னு தான் நெனைக்கறேன்."

"எப்படிப்பா உங்களால இப்படி இருக்க முடியுது."

"இனிமே என்ன இருக்குது சொல்லு. ஒவ்வொரு நாளும் சாவ தள்ளிப்போட்டு கிட்டு இருக்கேன். நீயே சொல்லு ஒருவேளை அப்பா செத்துபோயி அம்மா இன்னொரு கல்யாணம் பண்ணியிருந்தா என்ன பண்ணுவ"

"அதுவும் இதுவும் ஒன்னா. நீங்க சொல்றதலாம் இந்த உலகத்துல யாரும் ஏத்துக்க மாட்டாங்க."

"இந்த உலகம் எதத்தான் ஏத்துகிச்சி சொல்லு. நான் எனக்காக வாழறன். உங்களுக்காக வாழறன். எனக்கு இதுல எந்த பிரச்சனையும் இல்ல. நானும் அவளும் காதலிச்சப்ப எப்படி இருந்தாளோ அப்படித்தான் இப்பவும் இருக்கா. என்ன அன்பாத்தான் பாத்துக்கறா. உன்னையும் அவ அப்படித்தான் பாத்துக்கறா.

அவ ஓடா உழைக்கறதுலாம் இந்த குடும்பத்துக்காகத்தான். அது அவளுக்கு ஒரு தேவை. என்னால அத கொடுக்க முடியல. அதமட்டும் அவ வேற எடத்துல தேடிக்கறா. இதுல எனக்கு எந்த தப்பும் தெரியல."

"இதுக்கு அவங்க டைவர்ஸ் வாங்கிட்டு போயிருக்கலாமே?"

"அவ போகமாட்டா."

"ஏன்?"

"அவ உன்னையும் என்னையும் அவ்ளோ லவ் பண்றா."

"ஆனா இது எவ்ளோ பெரிய நம்பிக்கை துரோகம்."

"இருக்கலாம். ஆனா தூரோகங்கிறதுலாம் நாம நினைக்கறதுல தான் இருக்கு. அவங்க நிலைமையைக் கொஞ்சம் புரிஞ்சிக்க முயற்சி பண்ணா போதும். அதுவுமில்லாம ஒரு உயிர கொடுக்கிற அளவுக்கோ எடுக்கற அளவுக்கோ இது பெரிய பிரச்சனை இல்லை. எனக்கு இது தப்புன்னு தோனுச்சுனா நான் விலகிடலாம். அவ்வளவு தான் சரி."

அதன் பிறகு இருவரும் எதுவும் பேசிக்கொள்ளவில்லை. வழக்கமாக வருகிற நேரத்தையும் தாண்டி அவர் மனைவி வீட்டிற்கு வரவில்லை. தன் மகளிடம், "அம்மாவ இன்னும் காணோம். போன் பண்ணிப்பாரு."

"இப்ப மட்டும் ஏன் போன் பண்ணனும். உங்களுக்குத் தான் அவங்க எங்கப் போனாலும் பிரச்சனையில்லையே" என்று கோபமாகக் கேட்டாள்.

அவர் எதுவும் பேசவில்லை.

ஒன்பது மணிக்கு அவர் மனைவி வீட்டிற்கு வந்தாள். கையில் நிறையப் பைகள் இருந்தன. மிகவும் களைத்துப்போய் இருந்தாள். இருவரையும் அவள் சரியாகக் கவனிக்கவில்லை. உள்ளே சென்று முகம் கழுவிட்டு வந்து, "லேட்டாயிடுச்சி. சமைக்க முடியாது. டிஃபன் வாங்கிட்டு வந்துட்டேன். எடுத்து சாப்பிடுங்க" என்று சொல்லிவிட்டு அறைக்குள் சென்று கதவைச் சாத்திக்கொண்டாள்.

புகழேந்தி எழுந்து சாப்பாட்டை பிரித்து தன் மகளை அழைத்தார். அவள் வரவேயில்லை. அவர் அதை எடுத்துக்கொண்டு அவள்

அருகில் சென்று அமர்ந்து ஊட்டிவிட்டார். "என் கண்ணுல" என்றார். நந்தினிக்கு அழுகை முட்டிக்கொண்டு வந்தது. அவள் அதை வாங்கிக்கொண்டாள். இருவரும் சாப்பிட்டு முடித்துவிட்டு ஹாலிலேயே உட்கார்ந்திருந்தனர். உள்ளே சென்ற அம்மா நீண்ட நேரமாக வரவேயில்லை. இருவரும் ஏதேதோ சிந்தனையிலிருந்தனர். அவர்களும் அதைக் கவனிக்கவேயில்லை. புகழேந்தி சட்டென நினைவு கலைந்து மணியைப் பார்த்தார். மணி பதினொன்றைத் தாண்டியிருந்தது. அவர் தன் மனைவிக்குக் குரல் கொடுத்தார். உடனே இதோ வரேன். அங்கயே இருங்க என்று பதில் வந்தது. அப்பாவும் மகளும் ஒருவரை ஒருவர் பார்த்துக்கொண்டனர். சரியாக பன்னிரெண்டு அடிக்க சில நிமிடங்கள் இருக்கும்போது அவள் கதவைத் திறந்துகொண்டு வெளியே வந்தாள். இருவரையும் எழுந்து வரச்சொன்னாள். இருவரும் தயங்கியபடியே எழுந்துவந்தனர். நந்தினியால் இன்னும் கூட அவள் அம்மாவின் முகத்தைப் பார்க்க முடியவில்லை. அறையின் விளக்கு அணைக்கப்பட்டிருந்தது. இருவரும் உள்ளே சென்றதும் அவள் விளக்கைப் போட்டாள். அறை முழுவதும் அலங்கரிக்கப்பட்டிருந்தது. அறையின் நடுவே ஸ்டூலில் ஒரு கேக் வைக்கப்பட்டிருந்தது. "அப்பாவுக்கும் பொண்ணுக்கும் ஒரே நாள்ல பொறந்தநாள் வந்து, யப்பா எத்தன கடை ஏறி ஏறி இறங்கறது. வாங்க மணியாகிடுச்சி. ரெண்டு பேரும் ஒன்னா கேக் வெட்டுங்க" என்றாள்.

நந்தினிக்குச் சுத்தமாக இந்த கொண்டாட்டம் பிடிக்கவில்லை. ஆனாலும் அப்பா சொன்னதில் அவளுக்குக் கொஞ்சம் உறைத்தது. அம்மாவிற்கு உண்மையில் நம் மீது அன்பு இருக்கிறது என்று தோன்றியது. ஆனாலும் அவளால் அம்மாவை நெருங்க முடியவில்லை. ஆனால், புகழேந்தி இயல்பாக இருந்தார். தன் மகளின் கைகளைப் பிடித்து கேக்கை வெட்டினார். கொஞ்சம் எடுத்து மகளுக்கு ஊட்டினார். அவளும் தன் அப்பாவிற்கு ஊட்டிவிட்டாள். ஆனால், தன் அம்மாவிற்கு அவள் ஊட்டிவிடவில்லை. புகழேந்தி வலுக்கட்டாயமாக தன் மகளின் கையைப் பிடித்து ஊட்டிவிடச் செய்தார். "இருங்க வரேன்" என்று சொல்லிவிட்டு புகழேந்தி வெளியேறினார். நந்தினியால் தனியாக தன் அம்மாவுடன் இருக்க முடியவில்லை. அவளும் மெல்ல நகர்ந்தபோது, "நந்தினி" என அவள் அம்மா அழைத்தாள். நந்தினி திரும்பிப் பார்த்தபோது அவள் வேறு எங்கோ பார்த்துக்கொண்டு,

"அம்மா இனிமே அப்படி நடக்காது" என்றாள். நந்தினி அதிர்ச்சியாக தன் அம்மாவைப் பார்க்க, அவள் தன் கண்களைத் துடைத்துக்கொண்டாள். அதற்கு மேல் நந்தினியால் அங்கு இருக்க முடியவில்லை. அவள் கண்களும் கலங்கியது. அந்த அறையை விட்டு வெளியேறினாள். எதிரில் வந்த புகழேந்தி அவள் அழுதுகொண்டே போவதைக் கவனித்தார். உள்ளே அறைக்குள் தனது மனைவியும் அழுதுகொண்டிருப்பதை கவனித்தார். மெல்ல தனது மனைவியின் அருகில் சென்றார். அவரைத் திரும்பிப் பார்க்காமலேயே, "அவ உங்ககிட்ட சொல்லிட்டாளா" என்றாள்.

"எனக்கு முன்னாடியே தெரியும்" என்றார் புகழேந்தி. அவளின் அழுகை மேலும் அதிகமாக, "ஏய், அவ சின்னப் பொண்ணு அவளுக்கு என்ன தெரியும், விடு. இது உன்னோட வாழ்க்கை, உன்னோட சுதந்திரம். உன்னோட தேவை. இதுல யாருக்கும் தலையிட உரிமை இல்ல" என்று அவரும் அறையை விட்டு வெளியேற முற்பட்டார். பின் திரும்பி மெல்ல மனைவிக்கு மட்டும் கேட்கும்படி, "இனிமே அவளுக்கு தெரியாத மாதிரி நடந்துக்க, அவளுக்கு இன்னும் பக்குவம் வரல" என்று சொல்லிவிட்டு வேகமாக வெளியேறினார்.

◆ ◆ ◆

அவரவர் நியாயம்

வெளியே

காவல் நிலையத்தின் வாசலில் மூன்று சிறு குழுக்கள் நின்றிருந்தன. இப்படி யாராவது காவல் நிலையத்திற்கு வெளியே நின்றுகொண்டிருந்தால், உள்ளே ஏதோ ஒரு பஞ்சாயத்து நடந்துகொண்டிருக்கிறது என்று அர்த்தம். மூன்று குழுக்களில் இரண்டு குழுக்கள் வேண்டா வெறுப்பாக நின்றுகொண்டிருக்க, ஒருகுழு மட்டும் பரபரப்பாக தங்களுக்குள் ஏதோ பேசிக்கொண்டிருந்தது. அக்குழுவில் மொத்தம் ஐந்து பேர் இருந்தனர்.

மூன்று குழுவும் போதிய இடைவெளி விட்டு யார் பேசுவதும் யார் காதிலும் விழாதவாறு, சமயம் கிடைக்கும்போதெல்லாம் மற்ற இரு குழுக்களை முறைத்துக்கொண்டும் இருந்தன.

காவல் நிலையத்தின் வாசலில் அதன் டியூப் லைட் வெளிசத்திலேயே முதல் இரண்டு குழுக்கள் இருந்தன. இரண்டிலும் நடுத்தர வயது பெண்கள் மற்றும் ஆண்கள் இருக்க, காவல் நிலையத்தின் வெளியே இருந்த ஆலமரத்தின் அருகில் வெளிச்சம் இல்லாத இடத்தில் ஆரோக்கியம், முருகன், தங்கராஜ், பாஸ்கரன் மற்றும் ஹாகுல் ஆகியோர் அடங்கிய அந்த இளைஞர்கள் குழு நின்றுகொண்டிருந்தது.

ஆரோக்கியம் பிளம்பராக இருந்தான். முருகன், தங்கராஜ் மற்றும் ஷாகுல் ஒரு மேஸ்திரியிடம் டைல்ஸ் ஒட்டும் வேலையில் இருந்தனர். காவல் நிலையத்தின் உள்ளே இருந்த இவர்கள் நண்பனான நாகராஜும் இவர்களுடன் தான் வேலை

செய்துகொண்டிருந்தான். பாஸ்கர் ஒரு தனியார் நிறுவனத்தில் வேலையிலிருந்தான்.

அவர்கள் அனைவருமே அவ்வப்போது காவல் நிலையத்தின் உள்ளே எட்டிப்பார்த்துக் கொண்டிருந்தனர்.

இரவு ஷிப்ட்டிற்கு சில காவலர்கள் அப்போதுதான் வந்திருந்தனர். வந்ததும் வராததுமாக ஒரு புதிய போலிஸ் பையனை ஃபிளாஸ்கோடு அனுப்பியிருந்தனர். அவன் வெளியே நின்றிருந்த குழுக்களைக் கடக்கும் போது தலையை குனிந்துகொண்டான். அதுவும் ஆலமரத்தின் அருகிலிருந்த இளைஞர்களைக் கடக்கும் போது மிகவும் அவமானமாக உணர்ந்தான். தலையை வேறுபக்கமாகத் திருப்பிக்கொண்டு ரோடு முனையில் இருந்த டீக்கடையை நோக்கி நடந்தான்.

அந்த ஐவரும் அவன் போவதையே பார்த்துக்கொண்டிருந்தனர். அதில் நடுவில் நின்றுகொண்டிருந்த ஆரோக்கியம் "நல்லவேளை நான் போலிஸாவல" என்றான்.

"மொதல்ல ஆறாவது பாஸ் பண்ணு" என்றான் பக்கத்தில் நின்றுகொண்டிருந்த முருகன்.

ஆரோக்கியம் அதைக் காதிலேயே வாங்கிக்கொள்ளவில்லை.

தங்கராஜிற்கு எரிச்சலாக இருந்தது. "உள்ள இன்னா தாண்டா பண்றானுங்க?"

"ஒருவேளை செலவு மிச்சமுன்னு இங்கயே கல்யாணத்த முடிக்கறாங்களோ இன்னாவோ" என்றான் பாஸ்கரன்.

"கஞ்சனுங்க செஞ்சாலும் செய்வானுங்க" என்றான் ஷாகுல்.

"அவனுக்கு இன்னாடா வயசு இருக்கும்."

"தெரில ஃபெயில் ஆயி டுடோரியல்ல படிக்கிறான், கரெக்டா தெரில."

"மேட்டர முடிச்சிட்டானா இன்னா?"

"இருக்காதுன்னுதான் நினைக்கிறேன்."

"எப்புடி கரெக்டா சொல்ற?"

“டேய் நாங்க போவசொல்ல துணியோடதாண்டா இருந்தாங்க.”

“முன்னாடியே முடிச்சிருந்தா.”

ஷாகுல் அப்படிக்கேட்டதும் தங்கராஜ் அமைதியாக முகத்தைத் திருப்பிக்கொண்டான்.

“மச்சான் ஒன்னும் ஆயிருக்காது நீ கவலப்படாத” என்று தங்கராஜை சீண்டினான் பாஸ்கரன்.

“நான் ஏண்டா கவலப்படப்போறன்” என்று முறைத்தான் தங்கராஜ்.

“ஓன்னுமில்லாட்டியா அவன் வூட்டு வாசல் தெனிக்கும் போயி அவன் கூட நின்னு பேசிகினு இருக்க” என்று மடக்கினான் முருகன்.

“நான் சின்ன வயசிலருந்து தான் அவங்க வூட்டுல நின்னு பேசிகினு இருக்கேன்.”

“செரி செரி அழுவாத பிரச்சன முடியட்டும் நானே பேசி கட்டிவெக்கறன்” என்றான் ஷாகுல்.

ஷாகுலை முறைத்தான் தங்கராஜ். வேறு இடமாக இருந்திருந்தால் அவன் வாயில் அசிங்கமாக எதாவது வந்திருக்கும். போலிஸ் நடமாட்டம் இருப்பதால் தன்னை கட்டுப்படுத்திக்கொண்டான்.

இவர்கள் பேசிக்கொண்டிருக்கும் போதே அவர்கள் அருகில் தன் வாகனத்தை நிறுத்தினார் ரவி.

உள்ளே

ஏட்டய்யா மிகவும் எரிச்சலாக இருந்தார். வந்ததிலிருந்து கத்திக்கொண்டிருந்த பெண்ணைப் பார்த்து கோபமாக “செத்த வாய மூடிகினு இரும்மா நாங்க இங்க இன்னாத்துக்கு இருக்கோம்” என்று எரிந்து விழுந்தார்.

“ரெண்டு குடும்பமும் தனித்தனியா நில்லுங்க” என்று சொல்லிவிட்டு இரு குடும்பங்களையும் பொறுமையாகப் பார்வையிட்டார்.

வலதுபுறமாக இருந்த குடும்பத்தில் நான்கு பேர் இருந்தனர். தலை முழுவதும் நரைத்து இரண்டு தோள்களும் சற்றே குனிந்த

வாக்கில் கசங்கிய சட்டையும் கைலியுமாகப் பார்க்கவே பாவமாக இருந்தார். அவருக்கு பக்கத்தில் அவர் மனைவி அவருக்குச் சற்றும் பொருந்தாமல் இளமையாகத் தன்னைக் காட்டிக்கொண்டிருந்தார். இரண்டுபேருக்கும் பின்பக்கத்தில் அவர்களின் மூத்த மகன் நாகராஜ் நின்றிருந்தான். கருப்பாக உயரமாக ஒல்லியாக முகத்தில் கொஞ்சம் திருட்டுக்களையுடன் காணப்பட்டான். அவனைப் பார்த்ததுமே ஏட்டைய்யா “டேய் உன் மேல எதுனா கேஸு இருக்குதாடா” என்றார். மொத்தக் குடும்பமும் அவசரமாக இல்லையென்று தலையாட்டியது. அவன் பக்கத்தில் அவன் தங்கை தலையை குனிந்துகொண்டு நின்றுகொண்டிருந்தாள். ஏட்டய்யா அவளைப் பார்த்ததுமே இது அடங்காததோ என்று தோன்றியது. ஆனால், அவர் அவளைப் பற்றி எதுவும் கேட்டுக்கொள்ளவில்லை.

“உங்களுக்கு இரண்டு பசங்க தானா” என்றார் ஏட்டய்யா.

“இல்லைங்க சார் இன்னொரு பொண்ணு வூட்டுல இருக்குது” என்றார் குடும்பத்தலைவர்.

பிறகுத் திரும்பி இடதுபக்கத்திலிருந்த குடும்பத்தைப் பார்த்தார்.

அதுகொஞ்சம் வசதியான குடும்பம்போல தெரிந்தது. அந்தக் குடும்பத் தலைவருக்கு அரசியல் செல்வாக்கு இருக்கிறது என்று அவர் சட்டைப்பையில் வெளியே தெரியும்படி வைத்துக்கொண்டிருந்த முதல்வரின் படத்தைப் பார்த்தவுடனேயே ஏட்டய்யா புரிந்துகொண்டார். இருந்தாலும் அல்லக்கைகளும் இவ்வாறே சுற்றிக்கொண்டிருப்பதால் பேசவிட்டு முடிவெடுப்போம் என்று நினைத்துக்கொண்டார். அந்த குடும்பத்தலைவரின் அருகில் அவர் மனைவி ஆக்ரோஷமாக நின்றுகொண்டிருந்தாள். இருவருக்கும் அருகில் அவர்கள் இரண்டு மகன்களும் நின்றுகொண்டிருக்க சம்பவத்திற்கு நான்தான் காரணம் என்று வெளிப்படுத்தும் விதமாக இளையமகன் தலையைக் குனிந்து நின்றுகொண்டிருந்தான்.

இரண்டு குடும்பத்தின் சொந்தக்காரர்களும் வெளியே நின்றிருந்தனர். பெண்ணுடைய அண்ணன் நாகராஜின் நண்பர்களும் மறைவாக நின்றுகொண்டிருக்க, பையனின் நண்பர்கள் ஒருவர்கூட வரவில்லை.

ஏட்டய்யா பெண்ணின் குடும்பத்தைப் பாத்து பொதுவாக கேட்டார். “இப்ப இன்னா பண்ணலாம்னு சொல்றீங்க பையன் மேல கேசுப் போட சொல்றீங்களா?”

“கேசுலாம் வேணாம்ங்க” என்றார் பெண்ணின் தந்தை.

இந்த வார்த்தையைக் கேட்டவுடன் பையனின் அம்மாவின் முகம் தன் ஆக்ரோஷத்தைச் சற்று தனித்துக்கொண்டது.

ஏட்டய்யாவிற்கு அவர் அப்படிச் சொன்னது சற்று ஆறுதலாக இருந்தாலும், அதை முகத்தில் காட்டிக்கொள்ளாமல், “ஏன் வேணாம்” என்றார்.

“இன்னா இருந்தாலும் அவங்க எங்க ஆளுங்க” என்று இழுத்தார் பெண்ணின் தந்தை.

“வேற இன்னாதான் பண்ணசொல்றீங்க” என்று சலித்துக்கொண்டார்.

அன்று இரவு காவல் நிலையத்தில் மற்ற காவலர்களுக்கு நன்றாகப் பொழுதுபோய்க் கொண்டிருந்தது. ஏட்டய்யா எரிச்சலடையத் தொடங்கிவிட்டார் என்றால் மற்ற காவலர்கள் உற்சாகமடைந்துவிடுவார்கள். அந்த சமயத்தில் அவர் வாயில் என்னவெல்லாமோ வரும். ஆண் பெண் என்ற பாகுபாடெல்லாம் பார்க்கவே மாட்டார்.

“இனிமே என் பொண்ணு பின்னாடி வரமாட்டேன். என் வூட்டுப்பக்கம் வரமாட்டேன்னு எழுதிக்குடுக்க சொல்லுங்க” என்றார் பெண்ணின் அம்மா.

ஏட்டய்யா பெருமூச்சுவிட்டார். விஷயம் சப்பென்று முடிந்ததில் அவருக்கும் கொஞ்சம் வருத்தம் தான். இருந்தாலும் இவர்களை அனுப்பிவிட்டால் போதும் என்று நினைத்தார். பையனிடம் “இன்னாப்பா எழுதிக் குடுக்கறியா” என்றார்.

அவன் அமைதியாக நின்றுகொண்டிருக்க, பையனின் அம்மா “நீங்க எழுதுங்க சார் அவன் கையெழுத்துப்போடுவான்” என்றாள்.

“நான் கையெழுத்துப் போட மாட்டேன் என்னால அவளப் பாக்காம இருக்க முடியாது” என்று தலையை குனிந்துகொண்டே சொன்னான் பையன்.

அனைவரும் அவனை அதிர்ச்சியாக பார்க்க, அவன் கண்ணத்தில் பளார் என்று விட்டார் அவன் அப்பா.

வெளியே

ரவி முதலியார்பேட்டையில் பைக் மெக்கானிக்காக இருக்கிறார். திருமணம் ஆகாதவர். இவர்கள் ஐவருக்கும் செலவு செய்பவர். அவர்களுக்கு ஒரு பிரச்சனையென்றால் முதலில் வந்து நிற்பவர்.

அறை விழுந்த சத்தம் வெளியே வரைக் கேட்டது. வண்டியிலேயே உட்கார்ந்திருந்த ரவி அப்படியே எழுந்து எட்டிப்பார்த்தார். அவர் உயரத்திற்கு அந்த ஐந்தடி மதிலைத் தாண்டி எதுவும் தெரியவில்லை. வண்டியை விட்டு இறங்கி அதை ஓரமாக நிறுத்திவிட்டு வந்து குழுவோடு இணைந்துகொண்டார்.

மற்ற இரண்டு குழுக்களும் சத்தம் கேட்டு உள்ளே போக முயல அங்கிருந்த கான்ஸ்டபிளால் விரட்டப்பட்டனர். "எதுக்கு இப்போ நாம இங்க நின்னுன்னு இருக்கோம்" பெண்ணின் குடும்பத்தைச் சேர்ந்த குழுவிலிருந்த ஒரு பெண் சொன்னது அனைவருக்கும் கேட்டது.

காவல் நிலையத்தின் உள்ளே எட்டிப் பார்த்து ஏதோ பேசிக்கொண்டிருந்தனர்.

ரவிக்கு இவர்கள் எதற்காகக் காவல் நிலையத்திற்கு வந்திருக்கிறார்கள் என்று தெரியும். ஆனால் முழுக்கதையும் தெரியாது. "இன்னாதாண்டா ஆச்சி" என்று தங்கராஜைப் பார்த்துக் கேட்டார்.

"என்னயேன் கேக்கறீங்க?"

"நீதான மச்சான் அந்த குடும்பத்துக்கு எல்லாம்" என்றான் ஷாகுல்.

"இப்ப நீ ஓதவாங்கின்னு தான் ஓடப்போற."

"டேய் எவனாவது சொல்லுங்கடா" என்று கடுப்பானார் ரவி.

"அவன் தான் அங்க இருந்தான் அவனக் கேளுங்க" என்று பாஸ்கரனைக் கைகாட்டினான் தங்கராஜ்.

"இந்த வாட்டியும் நீதான் பாத்தியா" என்றார் .ரவி.

"இந்தவாட்டியும்னா, அப்ப போனவாட்டி இன்னா நடந்தது" என்றான் முருகன்.

"ஏன் உனுக்கு தெரியாதா?"

"தெரியாதே!"

“அப்பறமா அவன் கிட்டயே கேட்டுத் தெரிஞ்சிக்கோ, இப்ப இந்தக் கதைக்கு வாங்க.”

பாஸ்கரன் அனைவரின் முகத்தையும் பார்த்தான். அவனுக்கு தங்கராஜின் முகத்தைப் பார்க்கப் பாவமாக இருந்தது. இருந்தாலும் ரவி கேட்கும்போது சொல்லாமல் இருக்க முடியாது. பாஸ்கரன் சொல்ல ஆரம்பித்தான்.

“அந்த பொண்ணு மட்டும் வூட்டுல தனியா இருந்துகிதுண்ணே, இவங்க எல்லாரும் எங்கயோ கோயிலுக்கு போயிருக்காங்க.”

“இத்தயும் ஈத்துன்னு போவ வேண்டியது தானே” என்று குறிக்கிட்டான் முருகன்.

“ஏன் உனுக்கு இன்னா பிரச்சன” என்று முறைத்தான் தங்கராஜ்.

“போயிருந்தா இந்த பிரச்சனையெல்லாம் வந்திருக்காதுல்ல. ஒருவேள அது கோயிலுக்கு போவக்கூடாதோ இன்னாமோ” என்றான் முருகன்.

“அப்புடின்னா, ஒன்னும் நடந்திருக்காது தான” என்று ஆர்வமாக கேட்டான் தங்கராஜ்.

ரவியைத் தவிர மற்றவர்கள் வாய்விட்டு சிரித்தார்கள். தங்கராஜிற்கு, தான் இதை சொல்லியிருக்க வேண்டாமோ என்று தோன்றியது.

“டேய் அவன சொல்ல வுடுங்கடா” என்று கடுப்பானார் ரவி.

பாஸ்கரன் தொடர்ந்தான்.

“நானும் நாகராஜூம் தான் சைக்கிள்ல அவங்க வூட்டுக்கு போனோம். நான் வெளியத்தான் நின்னு இருந்தேன். நாகராஜ் சைக்கிள உள்ள ஏத்தி உட்டுன்னு இருக்கான், திடீர்னு இவன் பின்பக்கமா எகிறி குதிச்சி ஓடறான். மொதல்ல நாங்க எவனோ உள்ள பூந்து இந்த பொண்ண எதோ பண்ணிட்டான்னு தான் நெனச்சோம். ஆனா, இது பின்னாடியே போய் சட்டைய தூக்கி அவன் கிட்ட எறியுது. நாகராஜ் ஒரு செகண்ட் அப்பிடியே ஷாக்காயி நின்னுட்டான். எனக்கும் ஒன்னும் புரியல. அவன தொறத்தறதா வேணாமான்னு. அது ஒன்னும் தெரியாத மாதிரி ரூமுக்குள்ள போயி பூந்துகிச்சி.”

“செரிடா, மேட்டர உங்களுக்குள்ளயே முடிச்சிக்க வேண்டிது தான, இன்னாத்துக்கு பெருசாக்கனீங்க.”

“அட ஏன்ணே அவன் எகிறி குதிச்சி ஓடும்போது அவங்க வூட்டுல இருக்கறவங்க ஆட்டோல வந்து நிக்கறாங்க. இவன் சட்டைய கக்கத்துல வெச்சின்னு வெறும் ஓடம்புல ஊட்டுக்கு பின்னாடிலருந்து ஓடறதப்பாத்துட்டு எப்புடி சும்மா இருப்பாங்க.”

“முடிச்சிட்டானாடா” என்று தயங்கியவாறே கேட்டார் ரவி.

பாஸ்கரன் எதுவும் பதில் சொல்லாமல் ஓரக்கண்ணால் தங்கராஜைப் பார்த்தான். பாஸ்கரன் பார்த்ததை அவன் கவனித்துவிட்டான்.

“இன்னொரு வாட்டி என்னப் பாத்தன்னு வெச்சிகயேன்” என்று பாஸ்கரனை எச்சரித்தான்.

ஆனால், அதைப் பார்த்த மற்றவர்களுக்கு சிரிப்புதான் வந்தது. பாஸ்கரன் தொடர்ந்தான், “பையன ஏற்கனவே நாகராஜுக்கு தெரியும் போல. குடும்பமா அவங்க ஊட்டு வாசல்ல போயி கத்திட்டு, இப்ப ரெண்டு குடும்பமும் இங்க வந்திருக்குதுங்க.”

கடிதம் எழுதி முடிக்கப்பட்டு பெண்ணின் அம்மா அதைப் படித்துக்கொண்டிருந்தாள். அவளுக்குத் திருப்தியாக இருந்தது. அதை ஏட்டய்யாவிடம் கொடுத்தாள். அவர் அதை வாங்கி பிள்ளை வீட்டாரிடம் கொடுத்தார். பையனின் அப்பா அதை வாங்கிப் படித்துவிட்டுக் கையெழுத்துப்போட்டார். பிறகு தன் பையனிடம் அதை நீட்டினார். அவன் அதை வாங்கவேயில்லை. அவர் அவனை அடிக்க மீண்டும் கையை ஓங்க, “சும்மா சும்மா என் புள்ள மேல கைய வெக்காதீங்க” என்று கத்தினாள் பையனின் அம்மா.

“டேய் வாங்கி கையெழுத்துப்போட்டு குடுத்துட்டு வாடா, ஏதோ ஊர்ல இல்லாத ரதிய பெத்துவெச்சிகிறாங்க.”

பெண்ணின் அம்மா ஏதோ சொல்ல வாயெடுக்க அவள் கணவர் தடுத்ததால் அமைதியானாள்.

அனைத்துப் பிரச்சனையும் முடிந்து மெல்லக் காவல் நிலையத்தை விட்டு வெளியே வந்தனர். பையன் திரும்பி அந்தப் பெண்ணைப்

பார்த்தான். அவள் கண்களும் அவன் மேலேயே இருந்தது. சுற்றியிருந்த அனைவரும் இதைப் பார்த்துக்கொண்டிருந்தனர்.

“இப்ப எங்க மொத ராத்திரிக்கி இட்டுன்னு போறாங்களா” என்றான் ஷாகுல்.

யாரும் பதில் சொல்லவில்லை. நாகராஜ் மட்டும் இவர்களை நோக்கி வந்தான். ரவிதான் முதலில் அவனிடம் கேட்டார். “இன்னாட ஆச்சி.”

“இனிமே எங்கூட்டுப் பக்கம் வரமாட்டான்னு எழுதி வாங்கின்னு அனுப்பிட்டாங்க.”

“அவ்ளோ தானா. உங்கப்பா சும்மாவா வுட்டாரு.”

“அவங்களும் எங்காளுங்கதானாம். அதான் எங்கப்பா சைலண்ட் ஆயிட்டாரு.”

அதைக்கேட்டதும் ரவி அதிர்ச்சியடைந்தார். “ஏன்டா, ஒருத்தன் எதாவது பண்ணிருந்தாலும் கூட ஜாதிபாத்து தான் நியாயம் பேசுவீங்களாடா” என்று கோபமாகக் கேட்டார்.

நாகராஜ் அமைதியாக இருந்தான்.

“போங்கடா, போயி படுத்துத் தூங்குங்க” என்று தனது வாகனத்தை எடுத்துக்கொண்டு புறப்பட்டார். மற்றவர்கள் அனைவரும் நாகராஜூடன் இணைந்துகொண்டனர். அவனுடைய அம்மா, அப்பா மற்றும் தங்கை மூவரும் ஆட்டோவில் வீட்டிற்குப் புறப்பட்டனர்.

மற்றவர்கள் அனைவரும் நாகராஜிடம் மாறி மாறி கேள்விகளாக கேட்டுக்கொண்டிருந்தனர். அவன் சில கேள்விகளுக்குப் பதில் சொன்னான். சிலவற்றிற்கு மழுப்பினான். பாஸ்கரன் மட்டும் எதுவும் பேசவேயில்லை. பேசிக்கொண்டே அனைவரும் நாகராஜின் வீட்டிற்கு வந்து சேர்ந்தனர். பிரச்சனையானதும் அக்கம்பக்கத்து வீடுகளில் இருந்தவர்கள் தங்கள் தூக்கத்தைச் சற்று ஒத்திவைத்திருந்தனர். பெரும்பாலான வீடுகளில் விளக்கு எரிந்துகொண்டிருந்தது. பல ஜன்னல்களில் தலைகள் தெரிந்தன. வழக்கம்போல நாகராஜின் வீட்டின் வாசலில் வந்து வட்டமடித்து நின்றுகொண்டனர். நேரம் அதிகமாகிவிட்டது என்று அனைவரும் உணர்ந்தனர். ஆனால், யாருக்கும் வீட்டிற்குப் போக மனமில்லை.

அமைதியாகவே நின்றுகொண்டிருந்தனர். நாகராஜ் மட்டும் உள்ளே சென்றான். வீட்டின் உள்ளே மயான அமைதி. கத்தியோ அழுதோ அக்கம்பக்கத்தில் யாருக்கும் எதுவும் தெரிந்துவிடக்கூடாது என்பதில் தெளிவாக இருந்தனர்.

வெளியே நின்றுகொண்டிருந்த நண்பர்கள் சிறிது நேரம் பேசி கொண்டிருந்துவிட்டுப் புறப்படலாமென்று முடிவெடுத்த சமயம் தெருமுனையில் அந்த பையன் வருவதை தங்கராஜ் பார்த்தான்.

"அது அவன் தானடா."

தங்கராஜ் சொன்னதும் மற்ற அனைவரும் திரும்பிப் பார்த்தனர்.

"ஆமா அவன்தான்" என்றான் முருகன்.

அனைவரும் அவனையே பார்த்துக்கொண்டிருந்தனர். அவன் மெல்லத் தயங்கித் தயங்கி வந்தான். வீட்டை நெருங்கியபோது தலையை குனிந்துகொண்டான். வாசலில் நின்றுகொண்டிருந்த நண்பர்கள் அனைவரும் அவனையே இமைக்காமல் முறைத்துக்கொண்டிருந்தனர். அவன் அவர்களைப் பார்க்காமல் மெல்ல வீட்டை நோக்கி வந்துகொண்டிருந்தான். வீட்டின் உள்ளேயிருந்து இவர்களைக் கவனித்த நாகராஜின் அம்மா, 'இவர்கள் எதை இப்படிப் பார்க்கிறார்கள்' என்று ஆச்சரியப்பட்டு அவளும் வெளியே வந்து பார்க்க, அந்தப் பையன் வந்துகொண்டிருந்தான். அவளுக்குக் கோபம் தலைக்கேறியது. இருந்தாலும் அமைதியாக நின்றுகொண்டிருந்தாள். அவன் வாசலில் நின்றுகொண்டிருந்த நண்பர்களைக் கடந்து நிலைப்படியின் அருகில் நின்றுகொண்டிருந்தவளின் முன்னால் வந்து நின்றான். ஒருகணம் அவளுக்கு என்ன சொல்வதென்றே தெரியவில்லை. அதற்குள் வீட்டின் உள்ளேயிருந்து நாகராஜ், அவன் அப்பா மற்றும் இரண்டு தங்கைகளும் வந்துவிட்டனர். ஏதோ பெரிதாக ஒன்று நடக்கப்போகிறதென்று அனைவருக்கும் உள்ளுக்குள் அடித்துக்கொண்டது. அவன் நிமிர்ந்து தனது காதலியைப் பார்த்தான். அவளும் சுற்றியிருந்தவர்களைப் பற்றி கவலைப் படாமல் அவனைப் பார்த்து கண்களாலேயே என்னவென்று கேட்டாள். அதற்குள் சுதாரித்துக்கொண்ட பெண்ணின் அப்பா. "இன்னாப்பா. இப்பதானே எழுதிகுடுத்த. அதுக்குள்ள இங்க வந்து நிக்கற. கேஸ் குடுக்கலன்னவுடனே தைரியம் வந்துடுச்சா?"

அவரவர் நியாயம் ★ 67

“அது இல்ல அங்கிள்” என்று அழுத்திச் சொன்னான். அவனுடைய ‘அங்கிள்’ மற்றவர்களுக்கு எரிச்சலேற்படுத்தியது. இருந்தாலும் என்ன சொல்ல வருகிறான் என்று அமைதியாக இருந்தனர். “அவசரத்துல போகும்போது என் செருப்ப பின்னாடி விட்டுட்டேன். புதுசெருப்பு. காஸ்ட்லி. அதான் எடுத்துட்டு போலாம்னு வந்தேன்.”

அனைவருக்கும் என்ன சொல்வதென்றே தெரியவில்லை. அமைதியாகவே நின்றுகொண்டிருந்தனர். அதற்குள் செருப்பை அவன் காதலி எடுத்துக் கொண்டுவந்து கொடுத்தாள். அவன் அதை வாங்கிக்கொண்டு “தேங்க்ஸ்” என்று தலையாட்டினான். அவளும் பதிலுக்குத் தலையாட்டினாள். அங்கே என்ன நடந்துகொண்டிருக்கிறது என்று யாருக்குமே புரியவில்லை. அனைவரும் ஒருவித அதிர்ச்சியிலிருந்தனர்.

தங்கராஜும் பாஸ்கரனும் நடந்து சென்றுகொண்டிருந்தனர். மற்றவர்கள் அவரவர் வீடுகளுக்குச் சென்றுவிட்டனர். நாகராஜின் மொத்த குடும்பமும் தூங்கச் சென்றுவிட்டது.

தங்கராஜால் அதிர்ச்சியிலிருந்து மீண்டு வரவே முடியவில்லை.

“நீயேண்டா இவ்ளோ ஷாக்கா இருக்கற?”

“அது எப்புடிடா அதுகூட என்ன லிங்க் பண்ணி பேசறீங்க.”

“நீ இப்புடியிருந்தா அப்புடித்தான் தோணும்.”

“அதுக்கு. நமக்கு சின்ன வயசுலருந்து தெரிஞ்ச பொண்ணு. இப்புடி பண்ணுச்சினா ஷாக்காத்தான் இருக்கும். அதுக்குன்னு நான் அத லவ் பண்றேன்னு ஆயிடுமா?”

“செரிவுடு. எதுக்கு அத்தப்பத்தியே பேசின்னு இருக்கற. நான் வேணும்னா நாளைக்கி பசங்க கிட்டலாம் தங்கராஜ் அத்த லவ் பண்ணலயாம். அது அவனுக்கு தங்கச்சி மாதிரியான்னு சொல்லிடறன்.”

தங்கராஜ் திரும்பி பாஸ்கரனை முறைத்தான். பாஸ்கரனின் மனதில் வேறு ஒரு கேள்வி இருந்தது.

“மச்சான்.”

“இன்னாடா.”

"ஆனாலும் அவனுக்கு செம தைரியம்டா. எவ்ளோ தைரியம் இருந்த இவ்ளோ பிரச்சனை ஆனதுக்கு அப்பறம் அந்த பொண்ணு வூட்டுக்கு வருவான். நம்ப கிட்ட காசு இருக்குது. இவனுங்கலால எதுவும் செய்ய முடியாதுன்னு நெனச்சிருப்பானோ."

"காசு மட்டும் காரணம் இல்லடா."

"வேற இன்னா."

"நாகராஜ் ஸ்டேசன்லருந்து வெளிய வந்ததும் ரவியண்ணன் ஏன்டா கேஸ் போடலன்னு கேட்டாருல்ல."

"ஆமா."

"அதுக்கு நாகராஜ் ஒரு காரணம் சொன்னான்ல, அதுதான் இவன் தைரியத்துக்கும் காரணம்."

"இன்னாடா சொன்னான்."

"நல்லா யோசிச்சிப்பாரு."

பாஸ்கரன் யோசித்தவாறே தனது வீட்டை நோக்கி நடந்தான்.

◆ ◆ ◆

நேற்று போல் இன்று இல்லை

இன்று

'வெட்டியாக உட்கார்ந்து தேவையில்லாதவற்றைப் பற்றி யோசித்துக்கொண்டிருக்க வேண்டாம், எழுந்து சென்று கடையைத் திறக்கலாம்' என்று முடிவெடுத்த போது நேரம் சரியாகக் காலை ஒன்பது மணி. நல்ல முகூர்த்த நாள். வீடு புதிதாக வெள்ளையடிக்கப்பட்டு பொருட்களெல்லாம் ஒழுங்கில்லாமல் இருந்தன. வீட்டில் யாருமில்லை. அனைவரும் மொத்தமாக ஓரிடத்தில் குவிந்திருந்தனர். ஒருவேளை அவர்கள் இப்போது என்னைத் தேடிக்கொண்டுகூட இருக்கலாம். அதைப்பற்றியெல்லாம் நான் கவலைப்படும் நிலையில் இல்லை. எழுந்து சென்று குளித்துவிட்டு வந்தேன். தலை லேசாக வலிப்பது போல் இருந்தது. முந்தைய இரவு முழுவதும் தூங்கவில்லை. இப்போதும் தூக்கம் வரவில்லை. ஆனால், சோர்வாக இருந்தது. ஒருவேளை மதியத்திற்கு மேல் தூக்கம் வந்தால் கடையைச் சாத்திவிட்டு வந்துவிடலாமென்று நினைத்துக்கொண்டேன். ஆனால், அதற்குள் மற்றவர்கள் வீட்டிற்கு வந்துவிடுவார்கள். அவர்கள் என்னைத் தூங்க விடுவார்களா என்று தெரியவில்லை. உடைகளை அணிந்துகொண்டு கடைச் சாவியை எடுத்துக்கொண்டு புறப்பட்டேன். அக்கம்பக்கத்து வீடுகளிலிருந்து ஜன்னல் வழியாகவும் வாசல் வழியாகவும் இன்னும் வெவ்வேறு இடங்களிலிருந்தும் என்னையே பார்ப்பது தெரிந்தது. என்னிடம் வந்து விசாரிக்கத் தயங்கினார்கள். எதாவது கேட்டுவிடுவார்களோ என்று எனக்கும் அச்சமாகத்தான் இருந்தது. ஆனாலும், எதைப்

பற்றியும் யோசிக்க வேண்டாம் என்று முடிவெடுத்து வீட்டிலிருந்து ஐந்து தெரு தள்ளி மார்க்கெட் தெருவின் ஒரு குறுக்கு சந்தின் முனையிலிருந்த எனது 'கணேஷ் எலக்ட்ரிக்கல் & எலக்ட்ரானிக் ஒர்க்ஸ்' கடையை நோக்கி நடந்தேன்.

நான் வழியில் யாரையும் பார்க்கவில்லை. பலரின் கண்கள் என் மீதே இருந்ததென்று எனக்குத் தெரியும். இருந்தாலும் நான் யாரையும் பார்க்க விரும்பவில்லை. மெதுவாக நடந்து எனது கடைக்கு வந்து அதன் பூட்டுக்களை விடுவித்து ஷட்டரை தூக்கினேன். ஒருகணம் மொத்த மார்க்கெட்டுமே அமைதியாகி எனது கடையின் ஷட்டர் சத்தம் மட்டுமே அங்கே இருப்பது போல் தோன்றியது. கடையைத் திறந்து வழக்கமாக வெளியே மக்களின் பார்வையில் படும்படி எடுத்து வைக்க வேண்டியதை எடுத்து வைத்துவிட்டு நாற்காலியில் உட்கார்ந்து சுற்றிப் பார்த்தேன். அதுவரை தங்கள் பார்வைகளை என் மீது நிலைக்குத்தி அசைவற்று இருந்த உலகம் சட்டென தங்கள் பார்வையின் திசையை மாற்றி உயிர்பெற்று இயங்கத் தொடங்கியது. பலர் மிகவும் சிரமப்பட்டு என்னைப் பார்ப்பதைத் தவிர்த்தனர். நான் என் எதிரிலிருந்த மிக்சியின் மேல்பாகங்களைக் கழற்றத் தொடங்கினேன்.

என்னால் கவனத்தை ஓரிடத்தில் குவிக்க முடியவில்லை. கையிலிருந்த ஸ்குரூ டிரைவரை இரண்டு முறை கீழே போட்டேன். சுற்றி இருந்தவர்கள் அனைவரும் என்னையே பார்த்துக் கொண்டிருப்பது போல் ஒரு உணர்வு. என்னால் அந்த எண்ணத்தை மட்டும் தவிர்க்கவே முடியவில்லை. ஒருவேளை அது உண்மையாகவும் இருக்கலாம். இரவு சாப்பிட்டது. பசிப்பது போல் இருந்தது. துயரங்களையும் துன்பங்களையும் எளிதில் பின்னுக்குத் தள்ளக்கூடியது பசி மட்டுமே. ஒருவேளை சிலர், அப்படியில்லை துயரத்தின் முன் பசி ஒன்றுமே இல்லையென்று சொல்லி நடிக்கலாம். ஆனால், பசிதான் கடைசியில் வெல்லுமென்பதே நிதர்சனம். எனது கடைக்கு இரண்டு கடைகள் தள்ளியிருந்த டீக்கடைக்கு ஒரு குரல் கொடுத்தேன். அவர் பார்த்துவிட்டு தலையசைத்தார். தொடர்ந்து கைப்பேசி அடித்துக்கொண்டேயிருந்தது. எடுத்து அணைத்தேன். சிறிது நேரத்திற்குப் பிறகு அவரே கையில் டீயை எடுத்துக்கொண்டு வந்தார். வழக்கமாக கடைப்பையனிடம் தான் கொடுத்து அனுப்புவார். காலையிலிருந்து அவர் மண்டைக்குள் என்ன ஓடிக்கொண்டிருந்திருக்குமென்று என்னால் ஊகிக்க

முடிந்தது. என்னிடம் சகஜமாகப் பேசக்கூடியவர் என்பதால் கேட்டுவிடலாமென்று எண்ணியிருப்பார்.

"என்னப்பா" என்றார்.

"அவ்ளோ தாண்ணே. வேலையப் பாக்க வேண்டியது தான்."

"ரொம்ப கஷ்டமா இருக்குதுபா."

நான் அவருக்குப் பதில் சொல்லத் தொடங்கியபோது என் கடையின் பக்கவாட்டிலிருந்து ஐந்து வீடுகள் தள்ளியிருந்த ஒரு வீட்டின் வாசலில் ஆட்டோ ஒன்று வந்து இறங்கியது. ஆட்டோவிலிருந்து இன்னும் யாரும் இறங்கவில்லை. ஆனால், அருகிலிருந்தவர்கள் சற்று அதிர்ச்சியுடன் ஆட்டோவை சூழ ஆரம்பித்தனர். ஏதோ வித்தியாசமாக நடப்பதுபோல் தோன்றியது. நானும் டீக்கடைக்கார அண்ணனும் உற்றுக் கவனித்தோம். ஆட்டோவிலிருந்து இருவர் இறங்கினர். இருவரும் கழுத்தில் ரோஜாப்பூ மாலை அணிந்திருந்தனர். அவன் ஜீன்ஸும் டீசர்ட்டும் அணிந்திருந்தான். அந்தப் பெண் பட்டுப்புடவை அணிந்து மணமகளைப் போலவே இருந்தாள். சூழ்ந்திருந்த கும்பலைத் தாண்டி அந்தப் பெண்ணின் முகத்தைப் பார்த்ததும் ஒரு நொடி நான் அதிர்ந்தாலும் சட்டெனச் சமாளித்துக்கொண்டேன். ஆனால், அருகிலிருந்த டீக்கடைக்கார அண்ணன் உலகமே இடிந்து விழுந்த மாதிரி "தம்பி" என்று கத்தினார். மேலும் சுற்றியிருந்த கடைக்காரர்கள் தெரிந்தவர்கள் என அனைவருக்குமே அவ்வாறான அதிர்ச்சி ஏற்பட்டதில் ஆச்சரியமில்லை. பலர் அந்தப் பெண்ணையும் என்னையும் திரும்பித் திரும்பி பார்த்தனர். என்னுடைய எதிர்வினையைத் தெரிந்துகொள்வதில் பலருக்கும் ஆர்வமிருந்ததை என்னால் உணர முடிந்தது. ஆனால், உண்மையில் இப்போது என்ன செய்ய வேண்டுமென்றே தெரியவில்லை. கோபம் கூட வரவில்லை. ஒருவேளை நான் என்ன செய்ய வேண்டுமென்று இவர்கள் எதிர்பார்க்கிறார்கள் என்றும் புரியவில்லை. அவளைப் பார்த்தேன். உண்மையை சொன்னால் அவளை இப்போது தான் சரியாக முழுமையாகப் பார்க்கிறேன். நேற்று மாலை மண்டபத்தில் இதேபோன்றதொரு மாலையுடன் முகம் முழுக்க சிரிப்புடன் எனது தோளை உரசியபடி மணப்பெண்ணாக அருகில் அவள் நின்றுகொண்டிருந்தபோது கூட நான் அவளைச் சரியாகக் கவனிக்கவில்லை என்பதே உண்மை. முழுமையாக பன்னிரெண்டு மணி நேரத்திற்குள் இவ்வுலகே தலைகீழாக மாறிவிட்டது

போல் இருந்தது. அவள் இப்போது வேறு ஒருவன் மனைவியாக நின்றுகொண்டிருக்கிறாள்.

நேற்று

நான் யாருக்காகவோ அளவெடுத்து தைக்கப்பட்ட ஒரு சூட்டை அணிந்து கொண்டு, கழுத்தில் மாலையோடும் கையில் செண்டோடும் அருகில் வருங்கால மனைவியோடும் மனம் முழுக்க சந்தோஷத்தோடும் நின்றுகொண்டிருந்தேன். விடிந்தால் கல்யாணம். இப்போது ரிசப்ஷன். இது ஒரு விநோதமான சடங்காக மாறிவிட்டிருந்தது. சொந்தங்கள் நண்பர்கள் எனப் பலரும் வரிசையாகக் கொடுத்த வாழ்த்துகளையும் பரிசுகளையும் வாங்கிவிட்டு, சாப்பிட்டுமுடித்து மணமகன் அறைக்கு வந்து உட்கார்ந்தபோது மணி சரியாக பதினொன்று. அப்பாவின் நம்பிக்கைக்குப் பாத்திரமான மாமாக்கள் இருவர் மொய்ப் பணத்தைக் கவனமாக எண்ணிக்கொண்டிருந்தனர். எனக்கு மிகவும் சோர்வாக இருந்தாலும் தூக்கம் வரவில்லை. அறையில் நண்பர்களின் அரட்டை. மனம் முழுக்க கனவுகள். இது காதல் திருமணம் இல்லை. அவளிடம் நான் இன்னும் சரியாகப் பேசக்கூட இல்லை. ஒவ்வொரு ஜாதிக்கென்று இருக்கும் மேட்ரிமோனியல் இணையதளங்களில் எனது ஜாதிக்கென்று இருந்த மேட்ரிமோனியல் இணையதளத்தில் பதிந்து, அப்பா இந்த இடத்தை பிடித்திருந்தார். புகைப்படத்திலும் பிறகு நிச்சயதார்த்தத்திலும் அவளைப் பார்த்தது. சுற்றி இருந்தவர்களின் எந்தப் பேச்சுகளும் காதில் விழவில்லை. மனம் எதை எதையோ யோசித்துக்கொண்டிருந்தது. நேரம் பன்னிரெண்டைத் தாண்டியிருந்தது.

"தூங்கறது தானடா" என்றான் நண்பன் ஒருவன்.

"சாருக்கு இன்னிக்கி எப்படி தூக்கம் வரும்" என்று சிரித்தான் மற்றொருவன்.

"நாளைக்கு கண்ணு முழுக்கனும்ல" என்றான் இன்னொருவன்.

திடீரென்று வெளியே ஒரு சலசலப்பு. "என்னன்னு பாருடா" என்று ஒரு நண்பனை அனுப்பினேன். போனவன் நீண்ட நேரமாக வரவில்லை. ஆனால், வெளியே சத்தம் அதிகமாக, சந்தேகப்பட்டு நானும் மற்ற நண்பர்களும் வெளியே சென்றோம். முதலில்

சென்றவன் வேகமாக என் அருகில் வந்து "ஒன்னும் இல்ல வாடா" என்று என்னை உள்ளே அழைத்துச் செல்ல முயற்சித்தான். ஆனால், தூரத்தில் என் அப்பாவும் கத்திக்கொண்டிருந்தார். நான் அவனை முறைத்தேன். அவன் தலையைக் குனிந்தபடி "மச்சான் பொண்ணு ஓடிப்போச்சிடா" என்றான்.

"என்ன?"

"ஆமாடா."

எனக்கு ஒன்றும் புரியவில்லை. மெல்லச் சச்சரவு நடந்து கொண்டிருந்த இடத்தை நோக்கிச் சென்றேன். நேராக என் அப்பாவின் அருகில் சென்றேன். அவர் இடிந்துபோய் உட்கார்ந்திருந்தார். என் அம்மா பெண் வீட்டாரை வாய்க்கு வந்தபடி பேசிக்கொண்டிருந்தாள். என் அப்பா மெல்ல என் கையைப் பிடித்து "இத்தன லட்சம் செலவு பண்ணி இப்படி ஆயி போச்சேடா" என்றார். எனக்கு எரிச்சலாக இருந்தது. சுற்றி இத்தனை பேர் நின்று வேடிக்கை பார்க்கிறார்களே அவமானமாக இருக்கிறது என்று சொல்லியிருந்தால் கூட பரவாயில்லை. இப்போது கூட இந்த ஆள் காசிலேயே குறியாக இருக்கிறானே என்று யோசித்துக்கொண்டிருந்த போது பெண்ணின் அம்மா "அய்யோ இத்தினி லட்சம் செலவு பண்ணி படிக்க வெச்சதுலாம் வீணாப்போச்சே, நாப்பது பவுன் நகைய வேற தூக்கினி போயிட்டாளே. மொத்தமா இந்த குடும்பத்த சந்தி சிரிக்க வெச்சிட்டாளே" என்று ஒப்பாரி வைத்துக்கொண்டிருந்தாள். பெண்ணின் சொந்தக்காரர்கள் ஆளுக்கு ஒரு போனை வைத்துக்கொண்டு விசாரிக்கும் பாவனையில் விஷயத்தை ஊர் முழுக்க தம்பட்டம் அடித்துக்கொண்டிருந்தனர். கல்யாணத்திற்கு அட்வான்ஸ் வாங்கியிருந்தவர்களின் முகங்களில் பீதி தெரிந்தது.

நான் சுற்றிப் பார்த்தேன். பலர் என்னையே பாவமாகப் பார்த்துக் கொண்டிருந்தனர். என் நண்பன் ஒருவன் என் தோளின் மீது கைவைத்தான். திரும்பிப்பார்த்தேன். முகத்தைச் சோகமாக வைத்திருந்தான்.

"என்னடா?"

"ரூமுக்கு போவலாம் வா."

"போயி..."

“இங்க நின்னு என்னடா பண்ணப்போற?”

“அதத்தாண்டா நானும் கேக்கறன், இங்க இருந்து என்ன பண்ணப்போறோம்.”

அவன் அமைதியாக இருந்தான்.

“செரி நான் வீட்டுக்கு போறேன்” என்று புறப்பட்டேன்.

“தம்பி தம்பி” என்று பெண்ணின் சொந்தக்காரர் ஒருத்தர் என் கையைப் பிடித்துக்கொண்டார்.

“அவசரப்படாதீங்க தம்பி. எப்படியும் முகூர்த்தத்துக்குள்ள கண்டுபுடிச்சிடுவாங்க.”

“ஏங்க லூசு மாதிரி பேசறீங்க. அந்தப் பொண்ணு என்னப் புடிக்கலன்னு தானே போயிருக்கு” என்று அவர் கையை உதறிவிட்டு நகர்ந்தேன். நண்பர்கள் என்னுடன் வர நகர்ந்தார்கள். அவர்களை அப்பாவுடன் இருக்க சொல்லிவிட்டு புறப்பட்டேன். பின்னால் என் அப்பா கத்திக்கொண்டிருந்தது கேட்டது, “ஒழுங்கு மரியாதையா இதுவரைக்கும் ஆன செலவ எடுத்துவெச்சிட்டு யாரா இருந்தாலும் இந்த எடத்தவிட்டு நகருங்க” என்றார். பெண்ணின் அம்மா “ஏங்க நாங்கக் கூடத்தான் செலவு செஞ்சிருக்கோம். எங்களுக்கும் தான் போச்சி” என்றாள். மண்டபம் அழகாக அலங்கரிக்கப்பட்டிருந்ததால் எனக்கு அங்கேயே காறித்துப்பத் தோன்றவில்லை.

இன்று

அவர்கள் இருவரும் வீட்டு வாசலில் நின்றுகொண்டிருந்தனர். அந்த பையனின் அப்பா வெளியே வந்து கத்திக்கொண்டிருந்தார். அவருக்கு அந்தப் பெண் யாரென்று தெரிந்திருந்தது. அது அவர் பேச்சிலேயே தெரிந்தது. அவன் அம்மா தலையில் அடித்து அழுதுகொண்டிருந்தாள். தெருவே கூட்டத்தால் அடைபட்டிருந்தது. பையனின் அப்பா கத்துவது எனக்கு நன்றாகக் கேட்டது.

“இத்தன லட்சம் செலவு பண்ணி உன்ன படிக்க வெச்சதுக்கு என்ன செஞ்சிட்டு வந்திருக்க. ஒரு வேலைக்கு போயி குடும்பத்த காப்பாத்த துப்புல்ல, படிக்க வாங்கன லோன இன்னும் அடைக்கவே ஆரம்பிக்கல, உன் தங்கச்சிக்கு ரெண்டு லட்சம்

செலவு பண்ணி காலேஜில சேத்திருக்கு. இன்னும் மூனு வருஷத்துக்கு எத்தன லட்சம் கட்டணும்னே தெரியல, அதுக்குள்ள உனுக்கு கல்யாணம் ஒரு கேடு. அதுவும் வேற ஒருத்தன்கூட நடக்கயிருந்த கல்யாணத்துலருந்து தூக்கிட்டு வந்திருக்க. ஏம்மா... இப்ப இவன் மேல போலிஸ் கேசு குடுத்து உள்ள வெச்சிட்டா எவன் கூட போயி குடுத்தனம் நடத்துவ."

"அதெல்லாம் யாரும் உள்ள வெக்க முடியாது, நானாத்தான் வந்தேன்" என்றாள் அவள்.

"இதெல்லாம் நல்ல வக்கனையா பேசு. போங்க போயி எங்கனா நாசாமா போங்க. யோவ் ஏன்யா என் வூட்டு முன்னால வந்து கூட்டமா நிக்கறீங்க" என்று அவர் கத்தி முடித்ததும் கூட்டம் லேசாக நகர்வது போல் நடித்தது. கத்திக்கொண்டிருந்தவர் சட்டென என் முகத்தைப் பார்த்து சங்கடமாகி தலையைக் குனிந்துகொண்டு உள்ளே சென்றார். அதைப் பார்த்த அவர் மகன் வேகமாகக் கழுத்திலிருந்த மாலையைக் கழட்டிக்கொண்டே என்னை நோக்கி வந்து "இப்ப உனுக்கு சந்தோஷமா" என்றான். அவன் அருகிலிருந்த டீக்கடைக்கார அண்ணன் அவன் கண்ணத்தில் பளாரென்று ஒன்று வைத்தார்.

"அண்ணே" என்றேன்.

"இன்னா திமிரு பாரேன். ஏன்டா, அவன் வாழ்க்கைய கெடுத்துட்டு, அவன் பொறுமையா இருந்தா இன்னா வேணா பேசுவியா. செருப்பால அடிப்பேன் நாயே."

அந்தப் பையனை அவர் அடித்ததுமே அந்தப் பெண் வேகமாக ஓடிவந்தாள். வரும்போது தான் என்னைக் கவனித்தாள். சட்டென அவள் வேகம் குறைந்தது. கடை வாசலில் வந்து அமைதியாக நின்றுகொண்டாள். தலையை உயர்த்தி என்னைப் பார்க்கவே இல்லை.

"வா போலாம்" என்றான் அவன்.

"டேய்..."

அவன் திரும்பி என்னை பார்த்தான்.

"அந்த சேர்ல ரெண்டு பேரும் உக்காருங்க."

அவன் கோவமாக என்னை முறைத்தான்.

"ங்கோத்தா உக்காருடா" என்று குரலைக் குறைத்து கோவத்தை அதிகப்படுத்திச் சொன்னேன். இருவரும் தயங்கியபடியே உட்கார்ந்தார்கள். அதற்குள் அந்தப் பையனின் தங்கை வீட்டிலிருந்து இரண்டு மூன்று முறை எட்டிப்பார்த்துவிட்டுச் சென்றாள். அவன் வீட்டின் முன் கூட்டம் குறைந்தது. சுற்றியிருந்தவர்களின் கண்கள் எங்கள் மீதே இருந்தன. நான் டீக்கடைக்கார அண்ணனிடம் அவர்களுக்கு டீ கொடுக்கச் சொன்னேன்.

அவர் "தம்பி" என்றார்.

"குடுங்கண்ணே."

டீ வந்தது. முதலில் இருவரும் மறுத்தனர். பின்பு வாங்கிக்கொண்டனர். டீயை மெல்ல உறிஞ்சியபடி அந்த பெண், "நான் உங்க கிட்ட சொல்லனும்னு டிரைப்பண்ணேன்" என்றாள்.

"ஓ..."

"உங்க மேல தான் தப்பு. எனக்கு உங்கள பிடிச்சிருக்கான்னு நீங்க என்கிட்ட கேக்கவேயில்ல."

"ஆமா, என் தப்புதான்."

இருவரும் டீ குடித்து முடித்தனர். மீண்டும் அந்த இடம் அமைதியானது. அந்தப் பையனின் தங்கை மெல்ல என் கடையை நோக்கி வந்தாள். அவர்கள் இருவரிடமும் "அப்பா உங்கள கூப்பிட்டார்" என்றாள். இருவரும் மெல்ல எழுந்து சென்றனர். இருவருமே என்னிடம் எதுவுமே சொல்லவில்லை. என் முகத்தைக் கூடப் பார்க்கவில்லை. வீட்டு வாசலில் போய் நின்றனர். அவன் அம்மா வீட்டிற்குள் அழைத்தாள். இன்னொரு பெண் தடுத்து "மொத மொத வருது, ஆரத்தி எடு" என்றாள். அங்கே ஏதேதோ நடந்துகொண்டிருந்தது. அந்தப் பையனின் தங்கை இன்னும் போகாமல் கடையிலேயே நின்றிருந்தாள்.

"என்ன" என்றேன்.

"அம்மா, மிக்சி ரிப்பேருக்கு தந்தாங்கலாமே, ரெடியான்னு கேட்டாங்க. அண்ணிக்கு டிபன் செய்யனுமாம்."

சட்டென ஏற்பட்ட எரிச்சலை அடக்கிக்கொண்டு "இன்னும் ரெடியாகலன்னு சொல்லு."

"ம்... ஆமா, உங்களுக்கு கல்யாணம்னு சொன்னாங்க என்னிக்கு. லீவுல போறதுக்கு முன்னாடி மிச்சிய கொடுத்துட்டு போங்க."

எனக்கு சிரிப்பதா அழுவதா என்று தெரியவில்லை. அதற்குள் அந்தப் பெண்ணின் அம்மா வந்து எட்டிப் பார்த்துவிட்டுச் சென்றாள்.

"சீக்கிரம் வீட்டுக்குப் போ, அப்பறம் ஆறு லட்சத்தக் காணோம்னு உங்கப்பா கத்திகிட்டு வரப்போறாரு."

"என்ன" என்று அவள் புரியாமல் கேட்டாள்.

"வீட்டுக்குப் போ" என்றேன்.

அவள் போய்க்கொண்டிருந்தாள். அவள் பின்னால் பெண்ணின் குடும்பத்தார் காரில் வந்து இறங்கிக் கத்த ஆரம்பித்தனர். இன்னொரு காரில் என் அப்பாவும் அம்மாவும் வந்து இறங்கினர். "நான் செலவு பண்ண பணத்துக்கு பதில் சொல்லுங்க" என்று அவர் கத்துவது நன்றாகக் கேட்டது. என் திருமணம் நின்றுவிட்டது என்ற வருத்தமே எனக்கு ஏற்படவில்லை. ஏதோ ஒரு வியாபாரம் படியவில்லை. அவ்வளவுதான் என்றே தோன்றியது. தூக்கம் வருவது போல் இருந்ததால் கடையை அடைக்கத் தொடங்கினேன்.

✦✦✦

சப்தங்கள்

அது ஒரு பழைய ஹவுசிங் போர்ட். சுவர்களில் சுண்ணாம்பு உரிந்து, வெளிப்புறங்களில் பல இடங்களில் பாசி படர்ந்திருந்தது. சுற்றியிருந்த எந்தச் சாலையும் ஒழுங்காக இல்லை. இருசக்கர வாகனங்களைத் தவிர வேறு எதுவும் சுலபமாகப் போக முடியாதபடி வாகனங்கள் மற்றும் பொருட்களால் சாலை பாதிக்கு மேல் அடைக்கப்பட்டிருந்தது. காலை விடிந்தது முதல் இரவு அடங்கும் வரை எதாவது சத்தமும் இரைச்சலும் இருந்துகொண்டேயிருக்கும். மாலையில் சிறுவர்களின் விளையாட்டுச் சத்தம் அதை இன்னும் அதிகப்படுத்தும்.

பி-பிளாக்கின் முதல் மாடியில் இடதுபுறம் மேலே ஏறும் படிக்கட்டுகளை ஒட்டியிருந்தது சுசீலாவின் வீடு. அது ஒரு ஞாயிற்றுக்கிழமை. வழக்கத்தைவிட இரைச்சல் அதிகமாகவே இருந்தது. அதற்கு நேரெதிராக வீட்டில் யாருமில்லையோ என்று எண்ணும்படி சுசீலாவின் வீடு நிசப்தமாக இருந்தது. ஆனால், சுசீலாவும் அவள் கணவன் நகுலனும் வீட்டின் உள்ளேதான் இருந்தனர். இருவரின் மூச்சு சத்தம் கூட அடுத்தவர்களுக்குக் கேட்டுவிடக்கூடாது என்ற எண்ணம் கொண்டவர்களைப் போல அமைதியாக இருந்தனர். சுசீலா படுக்கையறையிலும் அவள் கணவன் நகுலன் வரவேற்பு அறையிலும் படுத்திருந்தனர்.

சுசீலா தலையைத் திருப்பி நேரம் பார்த்தாள். எட்டாகியிருந்தது. மெல்ல எழுந்தாள். அவளுக்கு எழுந்து செல்லவே விருப்பமில்லை. சில மாதங்களாக ஒவ்வொரு நாளும் அந்த வார இறுதியில் வரும் ஞாயிறுக்காக ஏங்கிக்கொண்டிருப்பவள். ஆனால், ஒரு ஞாயிறைக்

கூட அவள் எண்ணம் போல் அனுபவித்ததில்லை. நல்லவேளை குழந்தைகள் இல்லை என்று அவ்வப்போது நினைத்துக்கொள்வாள். எழுந்து சிறிது நேரம் அப்படியே உட்கார்ந்திருந்தாள். எதிரில் சுவரில் அவளும் நகுலனும் சிரித்துக்கொண்டிருந்த புகைப்படத்தையே பார்த்துக்கொண்டிருந்தாள். திருமணம் முடிந்து இரண்டு ஆண்டுகள் ஆகியிருந்தது. முதல் ஒரு வருடம் வேலைக்குப் போகாமல்தான் இருந்தாள். எந்த கடனும் இல்லாததால், தனியார் நிறுவனத்தில் நகுலனுக்கு வரும் வருமானமே போதுமானதாக இருந்தது. கொஞ்சம் பொறுமையாகக் குழந்தைப் பெற்றுக்கொள்ளலாமென்று முடிவு செய்து இருவருமே மகிழ்ச்சியாக இருந்தனர்.

சுசீலா பெருமூச்சொன்றை விட்டபடி எழுந்து சென்று முகம் கழுவிக்கொண்டு வந்து வெளியே எட்டிப்பார்த்தாள். நகுலன் படுத்தபடி விட்டத்தைப் பார்த்துக்கொண்டிருந்தான். அவள் மெல்லச் சமையலறைக்குள் நுழைந்தாள். சமையலறையில் பாத்திரங்கள் உருளும் சத்தம் கேட்டதும் நகுலன் மெல்ல எழுந்து கழிவறைக்குள் நுழைந்தான். அவன் வேலைகளை முடித்து வெளியே வந்த போது அவன் படுத்திருந்த இடத்தில் அவனுக்காக தேநீர் காத்திருந்தது. அதை எடுத்துக்கொண்டு பால்கனி பக்கம் சென்று வேடிக்கை பார்த்தவாறு அதை மெல்ல உறிஞ்சினான். கீழே சுசீலா கையில் கூடையுடன் கடைக்குச் சென்றுகொண்டிருந்தாள். நகுலன் அவள் போவதையே பார்த்துக்கொண்டிருந்தான். அவளிடம் சரியாகப் பேசி எத்தனை நாட்கள் ஆனது என்று யோசித்தான். அவனால் அதை நினைவுகளிலிருந்து மீட்டெடுக்க முடியவில்லை. அவள் கண்களிலிருந்து மறைந்திருந்தாள். இதெல்லாம் எப்போது ஆரம்பித்தது என்று அவனுக்கு நன்றாக நினைவிருந்தது. அவன் அதைச் செய்திருக்கக் கூடாது என்று அடிக்கடி நினைத்துக்கொள்வான். ஆனால், எப்படி செய்யாமல் இருந்திருக்க முடியும் என்று அவனே பதிலாக தனக்குள் கேட்டுக்கொள்வான். அவனால் வங்கியில் அந்தக் கடனை வாங்கி அவள் அப்பாவைக் காப்பாற்றியிருக்க முடியுமென்ற சூழலில் எவ்வாறு அதைச் செய்யாமல் இருந்திருக்க முடியும். ஆனால், இப்போதெல்லாம் அதைச் செய்யாமல் இருந்திருக்கலாமோ என்று தான் அவனுக்கு அடிக்கடி தோன்றுகிறது.

சுசீலா நீண்ட நாட்களுக்குப் பிறகு அன்று இறைச்சி வாங்கினாள். நகுலன் வீட்டில் நன்றாகச் சாப்பிட்டு வெகு நாட்கள் ஆகிறதென்று அவளுக்கு முந்தைய இரவு திடீரென்று தோன்றியது.

வாங்கவேண்டிய பொருட்களை வாங்கிக்கொண்டு மெல்ல நடந்து வந்துகொண்டிருந்தாள். அவள் மனதில் எண்ணங்கள் இலக்கில்லாமல் பாய்ந்து ஒன்றோடு ஒன்று மோதிக்கொண்டிருந்தன. அவன் அதைச் செய்யாமலேயே இருந்திருக்கலாம் என்று அவள் இப்போதெல்லாம் அடிக்கடி நினைத்துக்கொள்வாள். எல்லாம் செய்தும் அப்பா பிழைக்கவில்லை. அன்பாக இருந்தவனும் விலகிக்கொண்டிருக்கிறான். முதல் மாத தவணையைக் கட்டிமுடித்துவிட்டு சம்பளத்தின் மிச்சத்தை கணக்குப் பார்த்த போது தான் அவர்களுக்குப் புரிந்தது. அடுத்த ஐந்து ஆண்டுகளுக்கு தாங்கள் எப்படிப்பட்ட சுழலில் சிக்கியிருக்கிறோமென்று. சுசீலா தான் முதலில் "நான் வேணா வேலைக்குப் போகவா" என்றாள். நகுலன் அவளைத் தடுக்கவில்லை. அவள் படித்துமுடித்ததிலிருந்து எந்த வேலைக்கும் சென்றவளில்லை. முன் அனுபவம் இல்லாததால் நகுலனே தன் நண்பர்களிடம் சொல்லி வேலை வாங்கிக்கொடுத்தான்.

சுசீலா கதவைத் திறந்துகொண்டு உள்ளே வரும் சத்தம் கேட்டு நகுலன் மெல்ல அறைக்குள் நுழைந்து கட்டிலில் படுத்துக்கொண்டான். அவன் அருகில் சுசீலா கடைக்குப் போகும் முன் அவள் மாற்றிய இரவு உடை அவன் அருகில் சுருண்டு கிடந்தது. அவனையும் அறியாமல் அவன் விரல்கள் அதை வருடின. எதற்காக இப்படி அவஸ்தையில் இருவரும் சிக்கிக்கொண்டு தவிக்க வேண்டுமெனக் கேட்டுக்கொண்டான். அதற்கு தானே காரணமென்னும் குற்றவுணர்வு அவனை இன்னும் இம்சித்தது.

***

சுசீலா ஒரு லோன் ஏஜென்சியில் வேலைக்குச் சேர்ந்திருந்தாள். அவர்களின் டேட்டா பேஸில் இருக்கும் எண்களுக்கு அழைத்து லோன் வேண்டுமா, ஏற்கனவே இருக்கும் லோனில் எதாவது கூடுதலாக வேண்டுமா என்று கேட்பது தான் வேலை. நகுலன் லோன் வாங்கி சரியாக மூன்று மாதம் கழித்து அவன் எண்ணிற்கு புதிய எண்ணிலிருந்து ஒரு அழைப்பு வந்தது. அப்போது அவன் பெருநகர நெரிசலில் சிக்கிக்கொண்டிருந்தான். அழைப்பில் புதிய எண்ணைப் பார்த்ததும், யாரோ எவரோ என்று தோன்ற வண்டியை ஓரம்கட்டி அந்த எண்ணிற்கு மீண்டும் அழைத்தான். பெண் குரல் ஒன்று பிரபல வங்கியிலிருந்து பேசுவதாகச் சொல்லி லோன் வேண்டுமா என்றது. இவன் மிக மென்மையாக வேண்டாம் என்றான். அவனுக்குச் சட்டென தன் மனைவியின் ஞாபகம் வந்தது. தனக்குள் மெல்ல சிரித்துக்கொண்டான். அதன் பிறகு அவனுக்கு

அதுபோல் வரும் அழைப்புகளுக்கு மிகுந்த கனிவோடு பதிலளிக்கத் தொடங்கினான்.

சுசீலா வேலைக்குச் செல்ல ஆரம்பித்த பிறகு இருவருக்குமான நெருக்கம் குறையத் தொடங்கியது. நகுலனுக்குச் சனி ஞாயிறு விடுமுறை. சுசீலாவிற்கு ஞாயிறு மட்டுமே விடுமுறை. அதுவும் வார நாட்களின் அலுப்பிலேயே கழிந்துவிடும். இருவருக்குமே அந்த விலகல் நிகழ்ந்துகொண்டிருப்பது தெரியத் தொடங்கியிருந்தது.

வேலை நாளின் ஒரு பகல் பொழுது திடீரென்று நகுலனுக்கு சுசீலாவிடமிருந்து அழைப்பு வந்தது.

“என்ன, இந்த நேரத்துல?”

“உடம்பு முடியல வீட்டுக்கு வந்துட்டேன்.”

“என்ன ஆச்சி?”

“உன்னால இப்ப வரமுடியுமா?”

“இப்பவா?”

“ம்...”

“செரி வரேன்.”

அவ்வளவு சீக்கிரத்தில் நகுலனுக்கு விடுப்பு கிடைக்கவில்லை. எல்லாம் முடிந்து அவன் அலுவலகத்தை விட்டு வெளியேறும் போது அவன் உச்சபட்ச கோபத்திலிருந்தான். மேனேஜர் கேட்டவை திட்டியவை என அனைத்தும் ஏதோ ஒரு வகையில் மறைமுகமாக சுசீலாவின் மீது திரும்பியது. “முடியலனா மாத்திரைய போட்டுகிட்டு படுக்க வேண்டியது தானே. வரத்தானே போறேன்” என்று மனதிற்குள் அவளை வசைபாடிக்கொண்டே வண்டியை எடுத்தான். சரியாக அதே நேரம் ஒரு அழைப்பு “சார் லோன் வேணுமா”. சற்று எரிச்சலாகவே பதிலளித்துவிட்டு வண்டியை எடுத்தான். வீடு வந்து சேர்ந்தபோது சுசீலா நன்றாகத் தூங்கிக்கொண்டிருந்தாள். வேகமாக உள்ளே வந்தவன் அவள் தூங்கிக்கொண்டிருப்பதைப் பார்த்ததும் எழுப்பலாமா வேண்டாமா என்று சற்று தயங்கி, “பின் எதற்குத் தன்னை வரச் சொல்ல வேண்டும். இத்தனை திட்டு வாங்கிக்கொண்டு ஏன் தான் வரவேண்டும்” என்று தோன்ற அவள் அருகில் சென்று மெல்ல எழுப்பினான்.

"சுசி... சுசி."

அவள் மெல்லக் கண்களைத் திறக்க முயன்றாள். திறக்க முடியவில்லை. இவனைப் பார்த்ததும் மெல்ல எழுந்து உட்கார்ந்தாள். அவன் அவள் அருகில் உட்கார்ந்தான். உள்ளுக்குள் இருந்த கோவத்தை வெளிக்காட்டிக்கொள்ளவில்லை. அவன் அவளாகச் சொல்லுவாள் என்று காத்திருந்தான். அவள் அமைதியாகவே இருந்தாள். ஆனால், சோர்ந்திருந்தாள் என்பது அவள் உடலசைவிலேயே தெரிந்தது.

அவன் மீண்டும் "என்ன சுசி" என்றான்.

"இல்ல... வந்து..."

"என்ன?"

"டேட் தள்ளி போயிடுச்சி. கிட் வாங்கி செக் பண்ணேன். கன்பார்ம்."

அவன் ஒருநொடி மகிழ்ச்சியின் உச்சத்திற்குச் சென்று சட்டென அடங்கினான். எண்ணங்கள் திட்டங்கள் மகிழ்ச்சியைச் சற்று தள்ளியிருக்கும்படி செய்தது. "என்ன பண்ணலாம்" என்றான்.

"தெரில."

"கொஞ்ச நாள் போகட்டுமே."

அவள் எதுவும் சொல்லவில்லை.

"ஏன் சொல்றேன்னா..."

"புரியுது. நாளைக்கு மட்டும் லீவ் போட முடியுமா?"

"இப்ப அனுப்பவே அவன் பெரிய பிரச்சனை பண்ணான். கேட்டுப் பாக்கறேன்" என்று போனை எடுத்துக்கொண்டு வெளியேறினான். சில நிமிடங்கள் கழித்துச் சோர்ந்துபோய் கோபமாக வந்தான்.

"என்ன ஆச்சி?"

அவன் பதிலேதும் சொல்லவில்லை.

"சரி டீ போடறன்" என்று சொல்லிவிட்டு சமையலறைக்குச் சென்றாள்.

அவள் டீ கொண்டுவரும்போது அவனுக்கு மீண்டும் அழைப்பு வந்தது. அவன் எடுத்து "ஹலோ" என்றான்.

“சார், **** பாங்க்லருந்து” என்று எதிர்முனை சொல்ல ஆரம்பித்ததும் அவன் வாயில் இதுவரை அவள் கேட்டேயிராத வார்த்தைகளை அவன் சரளமாகப் பொழிந்தான். ஆத்திரத்தில் அவன் குரலின் ஒலி அறையெங்கும் எதிரொலித்தது. அவள் ஒருநொடி அஞ்சி நடுங்கினாள். எதிர் முனையில் யார் என்று அவன் பேசியதிலிருந்தே அவளுக்குப் புரிந்தது. அவள் எதுவும் பேசவில்லை. அவன் அருகில் டீ கிளாசை வைத்துவிட்டு வெளியே சென்று பால்கனியில் நின்றுகொண்டாள். அவளையும் அறியாமல் அவள் கண்களில் நீர் வழிந்தவண்ணம் இருந்தது. அவளும் இப்போது திட்டு வாங்கிய பெண்ணைப் போல அதே வேலையில் இருப்பவள். அவன் உண்மையில் யாரோ ஒரு பெண்ணைத் திட்டியிருந்தாலும் அவள் தன்னைத் திட்டியதை போலவே உணர்ந்தாள். உண்மையில் அவளுக்கும் தினம் இப்படி எதாவது ஒன்றிரண்டு சம்பவங்கள் நடக்கும். ஆனால், அவள் இதுவரை இதுபோன்ற பேச்சுகளைக் கேட்டதில்லை. அதன்பிறகு சுசீலா நகுலனிடமிருந்து மனதளவில் மெல்ல விலக ஆரம்பித்திருந்தாள்.

சுசீலா தன்னிடம் சரியாக பேசுவதில்லை. தன் மேல் கோபமாக இருக்கிறாள் என்று நகுலனுக்குத் தெரிந்திருந்தது. ஆனால், அதற்கான காரணமாக அவன் குழந்தை கலைக்கப்பட்டதாக இருக்கலாமென்று நினைத்திருந்தான்.

அவனுக்குத் தொடர்ந்து வங்கி அழைப்புகள் வந்துகொண்டுதான் இருந்தது. ஆனால், அவன் முன்பு போல் யாரிடமும் கனிவாகப் பதிலளிப்பதில்லை. சுசீலா ஒருமுறை மெல்ல அவனிடம் அதைப் பற்றி பேச்சை எடுத்தாள்.

“கொஞ்சம் மெதுவாகத்தான் பதில் சொல்லலாம்ல.”

“ஒருவாட்டி ரெண்டுவாட்டினா பரவாயில்ல, ஓயாமயா? எத்தன வாட்டி இதுங்கலால நான் ரோட்டுல விழ இருந்தேன் தெரியுமா. இதுங்கலாம் சோறு தான் திங்குதுங்கலா” என்று சொல்ல ஆரம்பித்த நொடி சுசீலா சாப்பாட்டை வாயருகே கொண்டு சென்று அவன் அந்த வார்த்தையைச் சொல்லும் போது நிறுத்தி அவனை முறைத்தாள். அவனுக்கும் சட்டெனெ சூழ்நிலை புரிந்து “ஏய் சுசி... நான் உன்ன சொல்லல” என்று அவன் சொல்லிக்கொண்டிருக்கும் போதே அவள் எழுந்து சென்று கையை கழுவிவிட்டு அறைக்குள் சென்று படுத்துக்கொண்டாள். அறைக்குள் அவளின் விசும்பல் சத்தம் வெளியே நகுலனுக்கு நன்றாக கேட்டது.

அவர்கள் விரிசல் மெல்ல மெல்ல அதிகரிக்க அவர்கள் இருவருக்கு மிடையில் சப்தங்கள் குறையத் தொடங்கின. அந்த வீடு மெல்ல மெல்ல மௌனத்தில் மூழ்க ஆரம்பித்தது.

அவளுக்கு எப்போதாவது தன்னிடம் கோவமாகப் பேசுபவர்களின் குரல்கள் தன் கணவனின் குரலைப் போலத் தோன்ற ஆரம்பித்தது. அன்று அவர்களுக்குள் எதுவுமே நடக்காமலிருந்திருந்தாலும் கூட ஏதோ அவனிடம் பெரிய சண்டைப் போட்ட மனநிலையிலேயே அவள் தினம் தினம் இருந்தாள்.

சுசீலாவின் இந்த நடவடிக்கை நகுலனை மிகவும் பாதித்தது. அவனுக்கு வரும் அழைப்புகளில் கேட்கும் அனைத்துக் குரலிலும் அவனுக்கு சுசீலா தெரிந்தாள். இருவரும் வீட்டினுள் ஒருவர் குரலை ஒருவர் கேட்கக் கூடாது என்று விரும்பினர். இது எங்கே தான் போய் முடியுமென்று இருவருக்குமே தெரியவில்லை. இருவரும் யாராவது இதைத் தீர்த்து வைக்கக் கூடாதா என்று உண்மையில் ஏங்கினர்.

***

"ஏங்க இதெல்லாம் ஒரு பிரச்சனையா, எவ்வளவோ ஆப் இருக்கு இதெல்லாம் வந்தா எடுக்கறதுக்கு முன்னாடியே தெரிய, உடனே கட் பண்ணிட்டு போக வேண்டியது தானே"

"ஏங்க, இந்த ஒரு வேலை தான் வேலையா, இந்த வேலை தான் பிரச்சனைனா வேற எதாவது வேலை பாத்துக்க வேண்டியது தானே. என்னமோ இதுக்கு போயி" என பல யோசனைகளும் அறிவுரைகளும் இருவருக்குமே வந்துகொண்டு தான் இருந்தது.

யாரோ முகம் தெரியாத குரல்களுக்காக ஏன் இவ்வளவு அவஸ்தைப் படவேண்டும் என நகுலனுக்குத் தோன்றியது. அவனுக்கு என்ன செய்வதென்று தெரியவில்லை. ஆனால், சுசீலா ஒரு முடிவெடுத்திருந்தாள்.

***

"சாப்பிடலாம்" என்ற குரல் கேட்டு நகுலன் சுயநினைவுக்கு வந்தான். நீண்ட நாட்களுக்குப் பிறகு சுசீலாவிடமிருந்து ஒரு அழைப்பு. உண்மையில் அவன் உள்ளுக்குள் இதற்கு ஏங்கிக்கொண்டுதான் இருந்தான். அவனுக்குள்ளிருந்த அகங்காரம் அவனை இத்தனை நாட்கள் தடுத்திருந்தது. சிறிது நேரம் அப்படியே படுத்திருந்தான்.

சப்தங்கள் ★ 85

சுசீலா வெளியே ஒவ்வொன்றாக எடுத்து வைக்கும் சத்தம் கேட்டது. இப்போது எழுந்து வெளியே சென்று அவளுடன் சாப்பிடப் போகிறோமா இல்லை இப்படியே படுத்திருக்கப் போகிறோமா என்ற இந்த சிறிய விஷயத்திலேயே தன் குடும்ப வாழ்க்கையின் அடுத்தகட்டம் தீர்மானிக்கப்பட போகிறதென்று அவனுக்குத் தோன்றியது. மெல்ல எழுந்து வெளியே சென்றான். அவள் இரண்டு தட்டுக்களை வைத்து சாதம் போட்டுக்கொண்டிருந்தாள். தான் நிச்சயம் எழுந்து வருவேன் என்று அவள் எப்படி நம்பினாள் என்று அவனுக்கு ஆச்சரியமாக இருந்தது. மெல்ல உட்கார்ந்துகொண்டான். அவள் சாதத்தில் குழம்பை ஊற்றினாள். அவள் அவனையே பார்த்துக்கொண்டிருந்தாள். அவனால் தலையை உயர்த்தி அவளைப் பார்க்க முடியவில்லை. குற்றவுணர்வு அவன் தலையை அழுத்தியது. அந்த நொடி தவறு தன் மீதுதான் என்று உணர்ந்தான். மெல்ல அவளைப் பார்த்தான். அதற்காகவே காத்திருந்த அவள், அவனிடம் "நான் வேற வேலைக்கு போகலாம்னு இருக்கேன்" என்றாள்.

"ஏன்?"

"பிடிக்கல."

"ம்... நான் பாக்கவா?"

"வேணாம், நானே பாத்துக்கறேன்."

"ம்... நீ சாப்பிடல."

அவள் சாப்பிடத் தொடங்கினாள்.

◆◆◆

சாவு வீடு

காயத்ரி, அவர் முகத்தையே பார்த்துக் கொண்டிருந்தாள். அவர் கண்களை மூடி சலனமற்றுப் படுத்திருந்தார். சிறுவயதில் அவர் தூங்கிக்கொண்டிருக்கும் போது அவள் பலமுறை அவரை உற்றுக் கவனித்திருக்கிறாள். அப்போதிற்கும் இப்போதிற்கும் அவளுக்கு எந்த வித்தியாசமும் தெரியவில்லை. அவள் எந்த வித அசைவுமின்றி அவர் முகத்தையே பார்த்துக்கொண்டிருந்தாள். அவள் கண்களிலிருந்து அவ்வப்போது சில துளிகள் வழிந்தவாறு இருந்தன. அப்போதெல்லாம் கண்களை துடைத்துக்கொண்டு அவரைப் பார்க்கும் அந்த நொடி மட்டும் அவர் லேசாகச் சிரிப்பதுபோல் தோன்றியது.

காயத்ரிக்கு தன் அப்பாவை விட தன் மாமாவைத்தான் மிகவும் பிடிக்கும். உண்மையில் அவள் தன் அப்பாவை வெறுத்தாள். தன்னையும் தன் அம்மாவையும் விட்டு ஓடிப்போன கையாளாகாத ஒரு கோழை என அவரைப் பற்றி எப்போதும் நினைத்துக்கொள்வாள். தன் அம்மாவின் அண்ணனான சோமசுந்தரம் மாமா மட்டும் இல்லையென்றால் தங்கள் நிலை என்னவாகியிருக்கும் என அவ்வப்போது அவள் உறக்கம் வராத இரவுகளில் நினைப்பதுண்டு. அந்த சமயங்களில் அவள் உடல் மெல்ல நடுங்கும். பரந்து விரிந்திருக்கும் தன் ஞாபக மரத்தில் வேறு ஏதாவது ஒரு நல்ல கிளையைப் பற்றிக்கொள்ளத் துடிப்பாள். மாமாவின் சிரித்த முகம், அவரின் வாஞ்சையான அணைப்பு, அவர் செல்லங்கொஞ்சும் வார்த்தைகள் என அவள் தேடித் தேடி தன் உள்ளத்தை அமைதிப்படுத்திக்கொள்வாள்.

படுக்கவைக்கப்பட்டிருக்கும் அவரை அவள் மீண்டும் பார்த்தாள். இனி தன் வாழ்நாள் முழுவதும் அவரைப் பற்றி நினைக்கும் போதெல்லாம் அவரின் இந்த அசைவற்ற உடல்தான் தன் கண்முன் தோன்றும் என நினைக்கும்போதே அவள் இதயம் நொறுங்கியது.

“காயத்ரி” என்று அழைத்தான் சோமசுந்தரத்தின் மகன் ரவி.

“என்ன ரவி?”

“எல்லாருக்கும் ஃபோன் போட்டு சொல்லிட்டேன். யாரும் எதுவும் சரியா பதில் சொல்லல. அக்கம்பக்கத்துல கொஞ்சம் பேரு வந்திருக்காங்க. சித்தப்பா ஸ்டேஷன் வரைக்கும் போயிருக்கார். அங்க லெட்டர் வாங்கனாத்தான் தகனம் பண்ண முடியும். மத்த வேலையெல்லாம் பிரிச்சி குடுத்திருக்கேன். இனி ஆகறது ஆகட்டும்.” என்று ரவி சொல்லி முடிக்கும் போதே அவன் கண்கள் கலங்கியது.

காயத்ரிக்கு என்ன சொல்வதென்றே தெரியவில்லை. அவளுக்கு ஒரு மாதிரியாக இருந்தது. இந்த நேரத்திலா இப்படி ஆக வேண்டும் என்று நினைத்துக்கொண்டாள்.

“ரவி...”

“ம்... சொல்லு காயத்ரி.”

“என் மேல கோபம் ஒன்னும் இல்லையே?”

“ச்சே ச்சே... எனக்கென்ன கோபம். என்ன இந்த நேரத்துல இப்படி ஆயிருக்க வேண்டாம். எல்லாருக்கும் அதான் கஷ்டம். அவருக்கு இப்படித்தான் இருந்தா என்ன பண்ண முடியும் சொல்லு.”

காயத்ரி அமைதியாக இருந்தாள். வெளியே ஏதோ சத்தம் கேட்க “இதோ வரேன் இரு” என்று சொல்லிவிட்டு ரவி வெளியே சென்றான். மீண்டும் காயத்ரி தன் மாமாவின் முகத்தையே பார்க்கத் தொடங்கினாள்.

காயத்ரிக்காக அவர் எவ்வளவோ பேரைப் பகைத்துக்கொண்டார். சில நெருங்கிய சொந்தங்கள், நல்ல நண்பர்கள். அவர் மனைவியைக்கூட. ஆனால், எப்போதும் அவர் காயத்ரியை விட்டுக்கொடுத்ததேயில்லை.

***

நல்ல மழை பெய்துகொண்டிருந்த ஒரு மாலை நேரம். டைப் ரைட்டிங் கிளாஸ் முடித்துவிட்டு காயத்ரி வீட்டுக்குள் நுழைந்த சமயத்தில் மாமாவிற்கும் அத்தைக்கும் கடுமையான வாக்குவாதம். இவள் உள்ளே நுழைந்த அடுத்த நொடி வீடே அமைதியானது. அந்த நொடி அவள் அத்தை அவளைப் பார்த்த பார்வையை அவளால் இன்னும் மறக்க முடியவில்லை. மாமா மெல்ல எழுந்து வந்து அவள் கையைப் பிடித்துக்கொண்டு வெளியே சென்றார். சும்மாவே கடைத் தெருவைச் சுற்றி வந்தார்கள். என்னவோ நினைத்தவர் சட்டென ஒரு ஓட்டலுக்குள் நுழைந்து இரண்டு மாசாலா தோசை சொன்னார். அது வரும் வரை அமைதியாகவே இருந்தார்.

அதற்குள் காயத்ரி ஒருவாறு என்ன பிரச்சனையென்று ஊகித்திருந்தாள். அப்போதுதான் அவளுக்கு பண்ணிரெண்டாம் வகுப்புத் தேர்வு முடிவுகள் வந்திருந்தது. நல்ல மதிப்பெண்கள் எடுத்திருந்தாள். மாமா என்ன அடுத்தது என்று கேட்டபோது இஞ்சினியரிங் என்று வெட்கத்தோடு சொன்னாள். அவரும் சிரித்துக்கொண்டார். அப்போதே அத்தையின் முகம் மாறியதை அவள் கவனித்தாள். அப்போதிருந்த சந்தோஷத்தில் அதைப் பெரிதாக எடுத்துக்கொள்ளவில்லை. அதுதான் இப்போது வெடித்திருக்கிறது. "நமக்குன்னு ஒரு புள்ள இருக்கறது கொஞ்சம் ஞாபகம் இருக்கட்டும்" என்று முன்பு ஒருமுறை அத்தை சொன்னது ஞாபகம் வந்தது. "காயத்ரி அடக்கமா இரு. அதிகமா ஆசப்படாத" என்று சாகும்போது அம்மா சொன்னதும் நினைவிற்கு வந்துபோனது.

எப்போது தோசை வந்தது. அதை அவர்கள் எப்போது சாப்பிட ஆரம்பித்தார்கள் என்றுகூட அவளுக்குத் தெரியவில்லை. மெல்ல தன் பேச்சை ஆரம்பித்தாள்.

"மாமா..."

"ம்..."

"நாளைக்கு காலையில நான் போயி பிஎஸ்ஸிக்கு அப்ளிகேஷன் வாங்கிட்டு வந்துடறன்."

சோமசுந்தரம் தோசையை மென்றுகொண்டே அவளை முறைத்தார்.

“இல்ல மாமா...”

“என்கிட்ட நீ என்ன கேட்ட?”

காயத்ரி அமைதியாக இருந்தாள்.

“ஒழுங்கா நீ ஆசப்பட்டத படி. யார் சொல்றதயும் காதுல போட்டுக்காத. உனக்கு எதாவது வேணும்னா என்கிட்ட மட்டும் கேளு.”

காயத்ரி கண்களிலிருந்து நீர் வழிந்துகொண்டேயிருந்தது.

“சீக்கிரம் சாப்பிடு போலாம்.”

***

“இங்க எல்லாம் உன் இஷ்டம்னு நெனச்சிட்டு இருக்கியா. உனக்கு பாத்து பாத்து செஞ்சதுக்கு அவரு மூஞ்சில நல்லா கரிய பூசிட்டம்மா. நல்லா இரு” என்று காயத்ரியை திட்டிக்கொண்டே அழ ஆரம்பித்தாள் அத்தை. காயத்ரி மாமாவின் முகத்தையே பார்த்துக்கொண்டிருந்தாள். அவர் காயத்ரியைப் பார்ப்பதைத் தவித்தார். எதுவும் பேசவில்லை. அடுத்த முறை வாயைத் திறந்த தன் மனைவியை அதட்டி உள்ளே அனுப்பினார். தன் மகனிடம் “ஏன் லேட்டு” என்று விசாரித்தார். மற்றபடி அவர் காயத்ரியிடம் எதுவுமே பேசவில்லை.

காயத்ரி இரண்டு நாட்களுக்கு அலுவலகத்தில் விடுப்பு சொல்லிவிட்டு வீட்டிலேயே இருந்தாள். எதுவும் பேசவில்லை. ஒருநாள் முழுக்க சாப்பிடவில்லை. அறைக்குள் வந்த மாமாதான் அவளை வற்புறுத்தி சாப்பிட வைத்தார். அன்று மாலை கணேஷ் ஃபோன் செய்தான். முதல் இரண்டு காலை அவள் எடுக்கவில்லை. மூன்றாவதை எடுத்து மெல்ல “ம்” என்றாள்.

“காலையில உங்க மாமா என்ன பாக்க வந்திருந்தார்.”

இதைக்கேட்டதும் காயத்ரி மின்னல் தாக்கியது போல் துடித்து எழுந்து உட்கார்ந்தாள். “என்ன சொன்னார்?”

“பெருசா ஒன்னுமில்ல, என்னப்பத்தி விசாரிச்சார். அம்மா, அப்பாவப் பத்தி கேட்டார். வீட்டு அட்ரஸ் கேட்டார். கொடுத்தேன். அங்கப் போயி பேசிருப்பார் போல, எங்கப்பா ஃபோன் பண்ணிக் கேட்டார். சொன்னேன். மொதல்ல எதுவும்

சொல்லாம ஃபோனக் கட் பண்ணிட்டார். அப்பறம் கொஞ்ச நேரம் கழிச்சி ஃபோன் பண்ணி பொண்ணு பாக்க போலாம்னு சொன்னார். ஏன் உங்க மாமா இன்னும் வரலயா?"

"வந்துட்டார். எதுவும் சொல்லல. அத்தைக்கு தெரிஞ்சா பிரச்சனையாகிடும்னு இருக்கலாம்."

"சரி கொஞ்ச நாள் தானே பாத்துக்கோ. நாளைக்கு ஆபீஸ் வந்துடுவல்ல?"

"ஏன் பாக்கணுமா?"

"இல்ல வேலை அதிகமா இருக்கு, வந்துடு?"

"அடப்பாவி..!"

***

கணேஷ் வீட்டிலிருந்து பெண் பார்த்துவிட்டுப் போன மறுநாள், அத்தை தன் சொந்தக்காரர்களையெல்லாம் ஃபோன் போட்டு வரவழைத்து பிரச்சனை செய்துகொண்டிருந்தாள். சோமசுந்தரத்தை நடுவீட்டில் உட்காரவைத்துவிட்டுச் சுற்றி நின்றுகொண்டு ஆளாளுக்கு கேள்விகேட்டுக் கொண்டிருந்தனர்.

"இதபாருங்க... எல்லாத்துக்கும் ஒரு அளவு இருக்கு."

"நீங்க ஆம்பளப் புள்ளயத்தான் பெத்து வெச்சிருக்கீங்க. அதுக்காக அவனுக்கும் எதாவது சேத்து வைங்க."

"இப்படி உங்க தங்கச்சி, தங்கச்சி பொண்ணுக்கே செய்யறதுக்கு எங்கவீட்டு பொண்ண எதுக்கு கல்யாணம் பண்ணீங்க."

"இருக்கறதயாவது மொதல்ல பொண்டாட்டி பேர்லயோ, இல்ல புள்ள பேர்லயோ எழுதி வைங்க. இல்லன்னா அவ அதையும் லவட்டிக்கிட்டு போயிடபோறா."

பேச்சுக்கள் சுற்றிலுமிருந்து சோமசுந்தரத்தைத் தாக்கிக் கொண்டிருந்தது. அவர் மெல்ல எழுந்தார். சுற்றி அனைவரையும் ஒருமுறை பார்த்தார்.

"இங்க பொண்டாட்டிய வச்சி வாழத் துப்பு இல்லாதவன், குடிச்சிட்டு பொண்டாட்டிய அடிக்கறவன், ரோட்டுல விழுந்து கிடக்கறவன், கூத்தியா வெச்சிருக்கறவன், சொத்துக்காக அப்பன

கொன்னவன், அம்மாவ தொறத்திவுட்டனத் தவிர எவனாவது யோக்கியன் இருந்தா மட்டும் எங்கிட்ட வந்து நியாயம் பேசு. மத்தவன்லாம் அப்படியே கிளம்பிடு."

அடுத்த பத்தாவது நிமிடத்தில் அந்த வீட்டில் சோமசுந்தரமும் அவர் மனைவியும் மட்டுமே இருந்தனர். அவள் தனக்குள் ஏதோ புலம்பிக்கொண்டேயிருந்தாள்.

இரண்டு மாதத்தில் காயத்ரியின் கல்யாணத்தை முடித்து அவளை கணவனுடன் பெங்களூருக்கு அனுப்பிவைத்தார்.

காயத்ரிக்கு மாமாவைவிட்டு பிரிய மனமேயில்லை. "நான் எங்கப் போவப்போறன்" என்று சிரித்துக்கொண்டே அவளை அனுப்பிவைத்தார்.

***

நினைவுகளிலிருந்து மீண்டு தன் கண்களைத் துடைத்துக்கொண்டாள் காயத்ரி. வெளியே ஏதோ சலசலப்புக் கேட்டது. அத்தையின் சொந்தங்கள் வர ஆரம்பித்திருந்தனர். வெளியே ரவியிடம் வாக்குவாதத்தில் இருந்தனர். அடிக்கடி காயத்ரியை திட்டுவதும் ரவி அவர்களைத் தடுப்பதும் காயத்ரிக்கு கேட்டது.

"என்னவாம்" என்றது ஒரு குரல்.

"இருக்காளாம்" என்றது இன்னொரு குரல்.

சிறிது நேரத்திற்கெல்லாம் ஒவ்வொருவராக சோமசுந்தரத்தைச் சுற்றி உட்கார்ந்தனர். கூட்டமே இல்லை. இருந்தாலும் சாவு வீட்டிற்கான இறுக்கம் கூடிக்கொண்டே வந்தது. யாருமே காயத்ரி பக்கம் திரும்பிக்கூடப் பார்க்கவில்லை. சுற்றி அமர்ந்திருந்த அனைவருமே அத்தையின் சாவின் போது அதற்கு காயத்ரிதான் காரணம் என்று பிரச்சனை செய்து ஒரு சமயத்தில் அவளை அடிக்க வந்தவர்கள். அந்த நேரத்திலும் அந்த துக்கத்திலும் சோமசுந்தரம் காயத்ரிக்கு பக்கபலமாக இருந்தார். காயத்ரியிடம் யாரையும் நெருங்கவே விடவில்லை. ரவி, காயத்ரியை விட்டு நகரக்கூடாது என்று கட்டளையிட்டார். ரவி, சோமசுந்தரத்தின் பேச்சைத் தட்டாமல் காயத்ரியுடனே இருந்தான். யாரோ ஏதோ கேட்டதற்கு அவன் காயத்ரிக்கு பரிந்து பேசி சண்டைக்குச் சென்றான். ரவியும் மற்றவர்களைப் போலத்தான் தன்மீது வெறுப்பில் இருக்கிறானோ என்ற சந்தேகம் அதுவரை காயத்ரிக்கு

இருந்தது. அப்போதிலிருந்து அது மறைந்துவிட்டது. அக்கா ஸ்தானத்திலிருந்து தான் மறந்துவிட்டதை எல்லாம் அவனுக்கு செய்யவேண்டும் என்று நினைத்துக்கொண்டிருந்தாள். அதை ஒருமுறை அவள் சோமசுந்தரத்திடம் சொல்லும் போது அவர் மெல்லச் சிரித்துக்கொண்டார்.

புடவையை வாயில் பொத்தி தேம்பிக் கொண்டிருந்தவர்களின் அழுகை மெல்ல அதிகரிக்கத் தொடங்கியது. முதலில் வெறும் அழுகையாகவும் பிறகு அதில் சொற்களின் ஆதிக்கம் நிறைந்தும் காணப்பட்டது. சொற்கள் மெல்ல வசைகளாக மாறி காயத்ரியை நேரடியாகவும் மறைமுகமாகவும் தாக்கத் தொடங்கியது.

காயத்ரி எதையும் கண்டுகொள்ளாமல் தன் மாமாவின் முகத்தையே பார்த்துக்கொண்டிருந்தாள். அவள் கணவன் கணேஷ் மெல்ல அவள் தோள்மீது கைவைத்தான். அவள் தன் கண்களைத் துடைத்துக்கொண்டு திரும்பிப் பார்த்தாள்.

“எதுக்கு இதெல்லாம் கேட்டுட்டு இருக்க. மியூட்ல போட்டு பாக்க வேண்டியது தான.”

“ஏன் உங்களுக்கு டிஸ்டர்பா இருக்கா.”

“அதுக்கு இல்ல... அதெல்லாம் கேட்கும்போது டென்ஷன் ஆகுது.” கணேஷ் சொல்லிக்கொண்டிருக்கும் போது காயத்ரியின் மகள் அறையின் கதவைத் திறந்துகொண்டு வெளியே வந்து, “அம்மா வால்யூம கம்மி பண்ணுங்க... ஆன்லைன் கிளாஸ் போகுது... மிஸ் என்ன என்னன்னு கேக்கறாங்க” என்று சலிப்பாகச் சொல்லிவிட்டு மீண்டும் அறைக்குள் நுழைந்துகொண்டாள். கணேஷ் மீண்டும் டைனிங் டேபிளில் இருந்த தன் லேப்டாப்பின் அருகில் சென்று தன் வேலையைத் தொடந்தான்.

காயத்ரி பெருமூச்சொன்றை விட்டாள். அருகில் இருந்த ஹெட்போனை எடுத்து கணினியில் இணைத்து மாட்டிக் கொண்டாள். இப்படியா தனக்கு நேரவேண்டுமென்று தன்னையே நொந்துக்கொண்டாள். தனக்காக எல்லாம் செய்து தனக்கு ஒரு வாழ்க்கையை ஏற்படுத்திக்கொடுத்த மாமாவின் சாவிற்குப் போவதற்குக் கூட தனக்குக் கொடுத்துவைக்கவில்லையே என்று நினைத்தபோதே அவள் கண்கள் மீண்டும் கலங்கின. ‘இந்த பெருந்தொற்று ஒழியும்வரை நீங்களாவது காத்திருக்கக்கூடாதா மாமா’ என்று தனக்குள் சொல்லிக்கொண்டாள்.

திரையில் காட்சிகள் மாறத்தொடங்கின. காயத்ரிக்காக ஸூம் லைவ்வில் மாமாவின் இறுதிச் சடங்கை ரவி காட்டிக் கொண்டிருந்தான். அவளோடு சேர்த்து வரமுடியாத இன்னும் சிலரும் அதைப் பார்த்துக்கொண்டிருந்தனர். சாட் பாக்ஸில் வந்து அடிக்கடி சிலர் காயத்ரியை வம்பிழுத்தனர். "நீயாவது போயிருக்கக்கூடாதா, உனக்கு எவ்ளோ செஞ்சிருப்பார்" என்று அடிக்கடி யாராவது சொல்லியவண்ணம் இருந்தனர். தொற்று உச்சத்திலிருந்த சமயம். கடுமையான கட்டுப்பாடு. அதுவுமில்லாமல் அவள் தொற்று அதிகம் பாதித்த தடைசெய்யப்பட்ட பகுதியிலிருந்தாள். அவள் தெரு முழுக்க அடைக்கப்பட்டிருந்தது. அவையனைத்தும் அனைவருக்கும் தெரியும். ஆனால், இந்த நாக்கு மட்டும் மண்டைக்குள் இருப்பதை எப்போதுமே உணருவதில்லை. அது அதன் பாட்டுக்குப் பேசிக்கொண்டேதான் இருக்கும்.

ஸ்டாண்டில் இருந்த ஃபோனை எடுத்த ரவி, "காயத்ரி, இன்னும் கொஞ்ச நேரத்துல எடுத்துடுவோம். என் ஃபிரண்ட் கிட்ட போன் இருக்கும் அவன் லைவா வருவான். எனக்கு வேலை இருக்கு. நான் போறேன்." என்று சொல்லிவிட்டுக் கலங்கிய கண்களுடன் ரவி தன் போனை நண்பனிடம் கொடுத்துவிட்டு வேலைகளை கவனிக்கச் சென்றுவிட்டான். சவத்தை வெளியே எடுத்துச்சென்று குளிப்பாட்டி மற்ற சடங்குகளை ஒவ்வொன்றாகச் செய்ய ஆரம்பித்தனர்.

ரவியின் நண்பன் அனைத்தையும் அவனால் முடிந்த அளவிற்கு துல்லியமாகக் காண்பித்துக்கொண்டிருந்தான்.

"நம்ப கிட்ட ஏதாவது பேசறானா பாரு, கடங்காரன். எல்லாத்தயும் அவகிட்டயே சொல்றான்" என்று யாரோ பேசியது அவள் காதில் விழுந்தது. எல்லாம் முடிந்து பிணத்தைப் பாடையில் ஏற்றும் போது காயத்ரி, "கணேஷ் வரீங்களா..."

அவன் மைக்கை ஒரு கையாள் பிடித்துக்கொண்டு "ஃகிளையண்ட் கால், ஃபைவ் மினிட்ஸ்" என்றான். அதற்குள் கிளாஸ் முடிந்து அவள் மகள் வந்து அவள் அருகில் உட்கார்ந்துகொண்டாள். தன் அம்மாவின் கைகளை ஆதரவாகப் பிடித்துக்கொண்டாள். சிறிது நேரத்தில் கணேஷ் அவள் அருகில் வந்து உட்கார்ந்துகொண்டான். சவ ஊர்வலம் தொடங்கியது. சிறிது ஆடியபடியும் அவ்வப்போது தெளிவில்லாமலும் நடப்பதை காயத்ரி பிரமைபிடித்ததுபோல் பார்த்துக்கொண்டிருந்தாள். ரவி முன்னால் போய்க்கொண்டிருந்தான்.

யாரோ பூக்களை இரைத்துக்கொண்டிருந்தனர். மொத்தமே பத்துபேர் கூட இல்லை. ஒரு வண்டியில் வைத்து வண்டியை மெல்ல நகர்த்திக்கொண்டிருந்தனர். காயத்ரி பார்த்துக்கொண்டிருக்கும் போதே சட்டெனத் திரையில் இருந்த காட்சி மறைந்து இருள் சூழ்ந்தது. காயத்ரி பதட்டமாகி தன் செல்போனை எடுத்து ரவியின் எண்ணைத் தொடர்புகொள்ள முயற்சித்தாள். அது அணைக்கப்பட்டிருப்பதாகத் தெரிவித்தது. தொடர்பிலிருந்த மற்றவர்கள் மெல்ல விலகினர். காயத்ரி பெருங்குரலெடுத்து அழுதாள். பக்கத்து வீட்டிலிருந்து ஃபோன் செய்து விசாரித்து விவரங்களை தெரிந்துகொண்டு அதை வாட்ஸ்சாப்பில் பகிர்ந்துகொண்டனர்.

காயத்ரி அழுது ஓய்ந்திருந்தாள். மூன்று மணி நேரத்திற்குப் பிறகு ரவி அழைத்தான்.

“இப்ப எதுக்கு சும்மா சும்மா ஃபோன் பண்ணி டிராமா பண்ற” என்று கத்தினான் ரவி.

அவனின் இந்த திடீர் கோபத்தைக் கண்டு அதிர்ந்தாள் காயத்ரி. அதிர்ச்சியில் அவளுக்கு வார்த்தைகளே எழவில்லை. அவன் தொடர்ந்து கத்தினான்.

“இங்கப் பாரு, எங்கப்பா உன்ன வளத்தாரு, படிக்க வெச்சாரு, எல்லாம் செஞ்சாரு. அத்தோட முடிஞ்சிடுச்சு உன் சங்காத்தம். இப்ப எப்படி தூரமா இருக்கியோ அப்படியே இருந்துக்கோ அதான் எல்லாருக்கும் நல்லது.” அவன் பேசிக்கொண்டிருக்கும் போதே அவன் பின்னால் ஒரு குரல் காயத்ரிக்கு கேட்டது ‘தம்பி வக்கீல் கூப்பிடறாரு’ என்று அந்தக் குரல் சொன்னதும், “சும்மா என்ன டிஸ்டார்ப் பண்ணாத.” ஃபோனை அவன் துண்டித்தான்.

“ம்...” என்று சொல்லிவிட்டு ஃபோனை அணைத்தாள். சிறிது நேரம் அப்படியே அமர்ந்திருந்தாள். பிறகு தன் கணவனிடமும் மகளிடமும் “போயி தலைக்கு குளிச்சிட்டு வந்துடுங்க, நானும் வீட்ட கழுவித் தள்ளிட்டு குளிச்சிட்டு வரேன்” என்று சொல்லிவிட்டு மெல்ல எழுந்து உள்ளே சென்றாள் காயத்ரி.

◆ ◆ ◆

பரிபூரணம்

1

வீட்டு வாசலில் தன் இருசக்கர வாகனத்தை நிறுத்திவிட்டுச் சோர்வாக இறங்கினார் காசிலிங்கம். இரண்டு நாட்களுக்குப்பிறகு டியூட்டி முடித்து அப்போதுதான் வரமுடிந்தது. "போலிஸ்காரனுக்கு நேரங்காலம் ஏது" என்று அவரே வழக்கமாகச் சொல்லுபவர்தான் என்றாலும் அப்போது அவருக்கு வெறுப்பாக இருந்தது. காசிலிங்கம் சரியாக ஐம்பதிலிருந்தார். ஐந்தே முக்கால் அடி உயரம். இளமையில் நல்ல உடல்வாகாக இருந்தவர் என்று பார்த்தாலே தெரியும். இப்போது கொஞ்சம் சதைப் போட்டிருந்தார். அளவாகத் திருத்திய பயமுறுத்தாத மீசை. லேசான முன் வழுக்கை. சீருடையில் இல்லாமல் இருந்தால் போலிஸ்காரர் என்று சொல்வது கொஞ்சம் கடினம்.

காசிலிங்கம் வீட்டிற்குள் நுழைந்தபோது உள்ளே மகள் கவிதாவும் மருமகனும் இருந்ததைக் கண்டு ஒருகணம் அதிர்ந்தவர், சட்டென சுதாரித்துக்கொண்டு, "வாம்மா, வாப்பா... எப்ப வந்தீங்க" என்றார்.

"நாங்க நேத்து மத்தியானமே வந்துட்டோம். நீங்க என்னதான்பா பண்றீங்க. எப்ப போறிங்க வரிங்கன்னே தெரியலன்னு அம்மா சொல்றாங்க. ஒழுங்கா வீ.ஆர்.எஸ். வாங்கிட்டு வீட்டுல இருக்கலாம்ல" என்று கேட்டாள் மகள்.

காசிலிங்கம் சிரித்துக்கொண்டே, "அப்பப்ப எதாவது கேஸ் வந்து இப்படிப் பண்ணும். அதுக்கெல்லாம்

பாத்தா முடியுமா சொல்லு. இன்னும் உன் தம்பி படிச்சி முடிக்கலயே. அதுவரைக்குமாவது ஓட்டனுமே."

"செரி செரி போயி தூங்குங்க. அப்பறமா பேசிக்கலாம்."

"ம்... சாப்டீங்களா?"

"இனிமே தான், நீங்க?"

"நான் தூங்கி எழுந்துதான்" என்று சொல்லிக்கொண்டே அறைக்குள் சென்று உடைமாற்றிக்கொண்டு படுத்துக்கொண்டார். மகளிடம் பேசிக்கொண்டிருந்ததில் மனைவியைக் கண்டுகொள்ளவேயில்லை என்று படுக்கும்போது நினைத்துக்கொண்டார். அப்படியே அசதியில் உடனே தூங்கிவிட்டார்.

"ஏம்மா, இவர் இப்படி சிரிச்சிகிட்டே இருக்காரே, இவரப்பாத்து யாராவது பயப்படுவாங்களா" என்றாள் கவிதா.

"அவர் அப்போலருந்தே அப்படித்தான். இவரெல்லாம் எப்படித்தான் இந்த போலிஸ் வேலையில காலந்தள்ளறாருன்னே தெரியல."

"அப்படிலாம் எதையும் யாரப்பத்தியும் சொல்லிட முடியாது. எல்லாருக்கும் ரெண்டு முகம் இருக்கும். அதுவும் போலிஸ்காரங்களுக்கு சொல்லவே வேண்டாம்" என்றான் மருமகன்.

கவிதா அவனைப் பார்த்து முறைத்தாள்.

"மொறச்சா, நமக்கு ஒருவிஷயம் இன்னும் தெரியலன்னா, அது உண்மையில்லன்னு ஆயிடாது."

"செரி செரி விடுங்க" என்றாள் கவிதாவின் அம்மா.

"ஆமா... மதன் எங்க" என்றாள் கவிதா.

"மேலதான் இருப்பான். கடைசி செமஸ்டர் பரீட்சல்ல, படிப்பான்."

அவர்கள் பேசிக்கொண்டிருக்கும்போதே அழைப்பு மணி அடிக்கும் சத்தம் கேட்க, மூவரும் திரும்பிப் பார்த்தனர். வாசலில் ஒரு கான்ஸ்டபிள் நின்றுகொண்டிருந்தார்.

"வாங்க" என்று சொல்லிக்கொண்டே அவர் அருகில் சென்றாள் கவிதாவின் அம்மா.

“அய்யா” என்று இழுத்தார் கான்ஸ்டபிள்.

“ரெண்டு நாள் கழிச்சி, இப்பப்தான் வந்து படுத்தாரு” என்று எரிச்சலாகப் பதிலளித்தாள்.

“இல்லம்மா, போன் பண்னேன், எடுக்கல. அதான் இன்ஸ்பெக்டர் நேர்ல அனுப்பினார். ரொம்ப முக்கியமான விஷயம்.”

“இருங்க எழுப்பறன்” என்று உள்ளே சென்று அசந்து தூங்கிக்கொண்டிருந்த காசிலிங்கத்தை எழுப்பினாள்.

அவரால் கண்களையே திறக்க முடியவில்லை. மிகவும் சிரமப்பட்டு எழுந்தார். மனைவியைப் பார்த்தும் எரிச்சலாக “என்ன” என்றார்.

“ஸ்டேஷன்லருந்து ஆள் வந்திருக்கு.”

சட்டெனக் கண்களை நன்றாக திறந்தவர், வேகமாகக் கட்டிலிலிருந்து இறங்கினார். அவிழ்ந்து விழப்பார்த்த கைலியை பிடித்து கட்டிக்கொண்டே வாசலுக்கு ஓட்டமும் நடையுமாகச் சென்றார். அவர் மனைவி அவரையே ஆச்சர்யமாகப் பார்த்தபடி பின்னால் சென்றாள். நடந்துகொண்டிருந்தவர், அப்படியே திரும்பி தன் மனைவியை அங்கேயே இருக்கும்படி சைகைக்காட்டிவிட்டு கான்ஸ்டபிளின் அருகில் சென்றார். அவரும் காசிலிங்கத்திற்கு மட்டும் கேட்கும்படி மிக ரகசியமாக ஏதோ சொல்ல, காசிலிங்கம் அந்த இடத்திலேயே நொறுங்கிப்போனார். வீட்டிலிருந்தவர்களுக்கும் எதுவும் புரியாமல் அவர்களையே பார்த்துக்கொண்டிருந்தனர். சற்று நேரம் யோசித்தவர், ஏதோ சொல்லி கான்ஸ்டபிளை அனுப்பிவிட்டுத் தளர்ந்தபடி வந்து ஹாலில் உட்கார்ந்தார். மூவரும் அவரையேப் பார்த்துக்கொண்டிருந்தார்கள். அவர் தன் மனைவியைப் பார்த்து, “கொஞ்சம் சுடுதண்ணி வை, குளிச்சிட்டு உடனே போகணும்” என்றார்.

“எதாவது பிரச்சனையா” என்று அவள் கேட்க, அவர் பதிலேதும் சொல்லாமல் முறைத்தார்.

“காப்பி.”

“ம்” என்று சொல்லிவிட்டு கண்களை மூடிக்கொண்டார். அவர் மகளுக்கும் மருமகனுக்கும் என்ன செய்வதென்று தெரியாமல் சிறிது நேரம் நின்றுகொண்டிருந்துவிட்டு அறைக்குச் சென்றுவிட்டார்கள்.

2

மதன் தனது கடைசி செமஸ்டருக்காக தீவிரமாக படித்துக் கொண்டிருந்தான். இதுவரை எந்த அரியரும் இல்லை. இந்த முறையும் அரியர் இல்லாமல் கிளியர் செய்துவிட்டால் சில முன்னணி நிறுவனங்களில் கேம்பஸில் வேலை கிடைத்துவிடும் என்று அவன் சீனியர்கள் சொல்லியிருந்தார்கள். அவன் அப்பாவோ அவனையும் தன்னைப்போல் ஒரு காவல்துறை அதிகாரியாக்க விரும்பினார்.

கடந்த இரண்டு தினங்களாக அவன் அப்பா பரபரப்பாகவும் குழப்பத்திலும் இருந்ததை அவன் கவனித்துக்கொண்டுதான் இருந்தான். அவன் பெரும்பாலும் அவரிடம் எதுவும் கேட்பதில்லை. ஆனால், அன்று ஏதோ தோன்றவே “எதாவது பிரச்சனையா” என்று கேட்டான். அவர் அதைப்பற்றியெல்லாம் எதுவும் சொல்லாமல் “படிச்சிட்டு சீக்கிரம் வேலைக்கு போற வழியப்பாரு” என்று சொல்லிவிட்டுச் சென்றார். தான் என்ன கேட்கிறோம், அவர் என்ன சொல்கிறார் என்று மதன் குழம்பினான். வீட்டிற்கு அக்காவும் மாமாவும் வந்திருந்ததால் அவன் அம்மா அவர்களையே கவனித்துக்கொண்டிருந்தாள். அவளுக்கு மற்ற விஷயங்கள் எதுவுமே பார்வையில் விழவில்லை. மதனும் சரியென்று விட்டுவிட்டு தன் வேலையைப் பார்க்கச் சென்றுவிட்டான்.

அடுத்தநாள் மாலை அவன் அம்மா கண்ணில் நீர் வழியக் கத்திக்கொண்டே அவன் அறைக்குள் நுழைந்து, “டேய் இங்க வாடா, இங்க வந்து இத என்னன்னு பாருடா” என்று அவனை இழுத்துச்சென்றாள்.

“டேய், இங்க டிவில வந்து பாருடா, என்னென்னமோ சொல்றாங்கடா. அய்யோ... என் நெஞ்சே பதறுதே” என்று கத்திக்கொண்டே அவனை ஹாலுக்கு இழுத்துவந்தாள். அங்கே ஏற்கனவே அவன் அக்காவும் மாமாவும் டிவி பார்த்துக்கொண்டிருந்தார்கள். அக்காவும் அம்மாவைப்போல அழுதுகொண்டிருந்தாள்.

மதன் குழப்பத்துடன் டிவியைப் பார்த்தான். டிவியில் அவன் அப்பா வேலை செய்யும் காவல் நிலையத்தை காண்பித்து கொண்டிருந்தார்கள். காவல் நிலையத்தைச் சுற்றி ஒரே கூட்டம். பத்திரிகைகாரர்கள், பொதுமக்கள் எனப் பரபரப்பாக இருந்தது. அப்போது கேமரா முன் மைக்கைப் பிடித்தபடி ஒரு

செய்தியாளர் பேசினார், "நீங்கள் பார்த்துக்கொண்டிருக்கும் இந்த காவல்நிலையத்தில் இரண்டு நாட்கள் முன் விசாரணைக்காக அழைத்துவரப்பட்ட ஒருவர் மர்மமான முறையில் இறந்திருக்கிறார். அவர் மரணம் குறித்து எந்தவிதமான தகவல்களையும் காவல்துறையினர் இதுவரை வெளியிடவில்லை. இறந்தவரின் உறவினர்களும் பொதுமக்களும் காவல்நிலையம் முன் போராட்டத்தில் ஈடுபட்டுள்ளனர். இறந்தவரை கடந்த இரண்டு நாட்களாகக் கடுமையாகத் தாக்கியதாகத் தெரியவருகிறது. தாக்கிய காவல்துறை அதிகாரிகள்..." எனச் செய்தியாளர் ஒவ்வொரு பெயராகச் சொல்ல ஆரம்பித்தார். அவர் மூன்றாவதாக "காசிலிங்கம்" என்று சொன்னதும் மதனும் அவன் குடும்பமும் அதிர்ச்சியடைந்தனர். அவன் அம்மா கதறி அழுதார்.

"அய்யோ..." என்று மாரில் அடித்துக்கொண்டு அழுதார். அவளுக்கு தன் கணவர் இப்படிச் செய்திருப்பார் என்பதில் துளியும் நம்பிக்கையில்லை. மதனுக்கும் எதுவும் புரியவில்லை. அவன் தன் அக்கா வீட்டுக்காரரைப் பார்த்தான். அவரும் அதிர்ச்சியிலிருந்தார். மதன், அம்மாவையும் அக்காவையும் சமாதானப்படுத்திவிட்டு தன் மாமாவை அழைத்துக்கொண்டு காவல்நிலையம் நோக்கிப் புறப்பட்டான்.

காவல் நிலையம் இருந்த பகுதியே கொந்தளிப்பாக இருந்தது. நெருங்க முடியாதபடி கூட்டம். கூட்டத்தில் சிலர் காவல்துறையினரைக் கடுமையாகத் திட்டிக்கொண்டிருந்தனர். திடீரென்று ஒரு பேருந்து வந்து நின்றது. அதிலிருந்து ரிசர்வ் போலிஸ் லத்தியுடன் இறங்கி, கூட்டத்தை கலைத்தனர். மதனும் அவன் மாமாவும் எதிரிலிருந்த கடையில் ஒதுங்கினர். உள்ளே செல்வது இப்போது சாத்தியமில்லை என்று தெரிந்தது. கடை சாத்தப்பட்டிருந்தாலும் கடைக்காரர் அங்குதான் இருந்தார். அவர் வீடு பின்னால் தான் இருந்தது. அவர் மதனின் தோளைத் தட்டி கூப்பிட்டார்.

"தம்பி, நீ ஏன் இங்க வந்த. சம்பந்தப்பட்டவங்க யாருக்குனா நீ யாருன்னு தெரிஞ்சா பிரச்சனைதான். மொதல்ல உள்ள வா" என்று அவனையும் அவன் மாமாவையும் உள்ளே அழைத்துகொண்டுச் சென்றார்.

அவர்கள் வந்ததில் கடைக்காரரின் வீட்டிலிருந்தவர்கள் விரும்பவில்லை என்று அவர்கள் பார்வையிலேயே தெரிந்தது.

"அண்ணே, உண்மையாவே எங்கப்பாவுக்கு இதுல தொடர்பு இருக்காண்ணா" என்றான் மதன்.

அவருக்கு தர்ம சங்கடமாக இருந்தது. என்ன சொல்வதென்று தெரியாமல் நெளிந்தார். அவரின் அசைவுகளிலேயே ஏதோ ஒன்று இருக்கிறது என்று அவன் உணர்ந்துகொண்டான். ஆனால், அவன் மாமா எந்த அதிர்ச்சிக்கும் உள்ளாகவில்லை. அவருக்கு ஒருவாறு தன் மாமனாரைப் பற்றித் தெரிந்திருந்தது.

"என்னணா?"

"தம்பி... இந்த ஸ்டேஷன்லயே உங்கப்பா தான்பா இந்த மாதிரியான விஷயத்துல முக்கியமானவர். வயசானதுனால, இப்ப கொஞ்ச நாளா அடங்கியிருந்தார். ஆனா, மேலதிகாரிங்க சொன்னா தட்ட முடியுமா" என்று தலையைக் குனிந்துகொண்டார். அதற்கு மேல் அவருக்கு எதுவும் சொல்ல விருப்பமில்லை என்று மதனுக்கு உறைத்தது.

"இப்ப செத்தது யாருனா. அக்யுஸ்ட் தானே?"

"அவரு அக்யுஸ்ட்லாம் இல்லபா, இதே ரோட்டுல கடைசில கடை வெச்சிருக்கரவரு. ஏதோ பிரச்சனை. அவர் கொஞ்சம் எதிர்த்து பேசிட்டாரு."

"அதுக்காணா இப்படி?"

"எது எதுக்கோ இப்படி நடக்குது. இதுவும் அதுல ஒண்ணு."

மதனுக்கு தலைசுற்றுவதுபோல் இருந்தது. அவன் மாமா அவனை வீட்டிற்கு அழைத்தார். அவன் அசையாமல் அப்படியே இருந்தான். அவனுக்கு அந்த செல்போன் கடைக்காரரைத் தெரியும். கைக்குழந்தையுடன் சிலசமயம் அவர் மனைவி கூட கடையில் பார்த்திருக்கிறான்.

"மதன் வா, போகலாம்" என்று அவன் மாமா உலுக்கினார். இருவரும் எழுந்து வெளியே வந்தனர். தூரத்தில் இறந்தவரின் மனைவி சாலையில் தன் குழந்தையை வைத்துக்கொண்டு அழுதுகொண்டிருந்தாள். அங்கு என்ன நடக்கிறது என்றே தெரியாமல் அந்தக் குழந்தை அச்சத்துடன் வேடிக்கை பார்த்துக் கொண்டிருந்தது. அவர்களின் உறவினர்கள் சிலர் அழுதுகொண்டும் கோபத்துடன் கத்திக்கொண்டும் இருந்தனர்.

மதன் அந்தக் குழந்தையையே பார்த்துக்கொண்டிருந்தான். அதன் முகம் அவன் மனதில் ஆழத்தில் பதிந்து அது அவன் அப்பாவின் மீதான வெறுப்பாக மாறிக்கொண்டிருந்தது.

மதனும் அவன் மாமாவும் வீட்டிற்கு வந்தபோது வீட்டு வாசலில் இரண்டு காவலர்கள் இருந்தார்கள். இருவரும் உள்ளே சென்றபோது அவன் அம்மாவின் தம்பி வாசலில் உட்கார்ந்திருந்தார். அக்காவையும் அம்மாவையும் தேடினான். அறைக்குள் பேச்சு சத்தம் கேட்கவே உள்ளே சென்றுபார்த்தான். கட்டிலில் அவன் அப்பா உட்கார்ந்திருக்க அவன் அம்மா அவர் முன் அழுதுகொண்டிருந்தாள். அவர் தலையை உயர்த்தி மதனைப் பார்த்தார். அவன் அவர் கண்களை நேருக்கு நேர் உற்றுப் பார்த்தான். அவன் இதுவரை அதுமாதிரி அவரைப் பார்த்ததேயில்லை. அவரும் அவனை முறைத்துப்பார்த்தார். அவர் பார்வையில் எந்தக் குற்றவுணர்வும் இருப்பதாகத் தெரியவில்லை. சட்டென அனைவரையும் பார்த்துக் கத்தினார், "இப்ப எதுக்கு ஒப்பாரி வெக்கறீங்க. நானா செத்துட்டேன்". மதன் அதற்கு மேல் அங்கு நிற்கவில்லை. அவன் தாய்மாமா புறப்படுவதற்காக எழுந்தார். இவன் நேராக அவரிடம் சென்று, "மாமா, நானும் உங்கக் கூடவே வந்துடவா" என்றான். அவர் எதுவும் சொல்லாமல் அமைதியாக இருந்தார்.

"செரி மாமா, நான் வேற எங்கேயாவது பாத்துகிறேன். இனிமே இங்க இருக்கிறதா இல்ல" என்றான்.

அவர் அவனைப் புறப்பட்டு வரும்படிக் கூறினார். மதன் யாரிடமும் சொல்லிக்கொள்ளாமல் மாமாவுடனேயே அவர் வீட்டிற்குச் சென்றுவிட்டான். அதன்பிறகு அவன் வீட்டிற்கு வரவேயில்லை.

மாமா வீட்டிற்கு சென்றுவிட்டாலும், விஷயம் அதோடு முடிந்துவிடவில்லை. தொடர்ந்து தொலைக்காட்சிகளில் அது விவாதிக்கப்பட்டுக் கொண்டே இருந்தது. மனதளவில் மதன் மிகவும் பாதிக்கப்பட்டான். அவனால் படிப்பில் கவனம் செலுத்த முடியவில்லை. இத்தனை நாட்கள் போலிஸ்காரன் மகன் என்று பெருமையாகப் பார்த்தவர்கள் சட்டென ஒரே நாளில் மாறிவிட்டதை அவனால் தாங்கிக்கொள்ள முடியவில்லை. நண்பர்கள் யாருமே அவனைத் தொடர்புகொள்ளவில்லை. தேர்வு விஷயமாக அவன் தொடர்பு கொண்டபோது வேண்டா

வெறுப்பாகவே பேசினார்கள். திடீரென்று ஒரே நாளில் உலகமே தன்னை ஒதுக்கிவிட்டதோ என்று தோன்றியது. அதே நேரம் அது அப்படித்தான் இருக்குமென்றும் அவன் புரிந்துகொண்டான்.

அவனால் கடைசி செமஸ்டரில் சில பாடங்களில் தேர்வு பெற முடியவில்லை. இரண்டாவது முறை கூட சொற்ப மதிப்பெண்களிலேயே தேர்வுபெற்றான். அடுத்தது தீவிரமாக வேலை தேடினான். அவனுக்கு உடனடியாக இதைப் பற்றி யாருக்கும் தெரியாத, தன்னைப்பற்றி யாருக்கும் தெரியாத ஒரு இடத்திற்கு போய்விட வேண்டுமென்று இருந்தது. வேலை கிடைத்ததும் மாமா வீட்டிலிருந்தும் வெளியேறினான்.

அந்த வழக்கு முடியாமல் இழுத்துக்கொண்டேயிருந்தது. ஜாமினில் வெளியே வந்த காசிலிங்கம், சில நாட்களில் பக்கவாதத்தில் விழுந்தார்.

அதன் பிறகு மதனை வீட்டிற்கு வந்து அப்பாவைப் பார்க்கும்படி அடிக்கடி தொல்லைதர ஆரம்பித்தாள் அம்மா. அவன் விடாப்பிடியாக மறுத்தான். அவன் தந்தை திருந்திவிட்டதாகவும் மனவருத்தத்தில் இருப்பதாகவும் கூட அவன் அம்மா சொன்னாள். அவன் நம்பவில்லை. "அவர் திருந்திட்டாருனா, இருக்கற சொத்தயெல்லாம் அவர் கொன்னாரே அவரோட புள்ளைக்கு எழுதி வெக்கச் சொல்லு" என்றான். அதன் பிறகு சில மாதங்களுக்கு எந்த பதிலும் இல்லை. பிறகு மீண்டும் அவன் அப்பா சாகக்கிடக்கிறார் என அழைக்க ஆரம்பித்தார்கள்.

3

மதன் தயங்கியபடியே வீட்டிற்குள் நுழைந்தான். உள்ளே ஆட்கள் இருப்பது தெரிந்தது. நீண்ட நாட்களுக்குப் பிறகு அந்த வீட்டின் மணம் மெல்ல மெல்ல அவனுள் ஊடுருவியது. முதலில் அவன் கண்ணில்பட்டது அவனது மாமா. அவருக்கும் தன் அக்கா கணவரின் மீது மதனுக்கு இருக்கும் எண்ணம் தான். அவனைவிட வயதில் மூத்தவர் என்பதால் கொஞ்சம் அவசரப்படாமல் நடந்துகொண்டிருந்தார். இவனைப் பார்த்ததும் அவருக்குக் கொஞ்சம் ஆறுதலாக இருந்தது. வாசலில் யோசித்தபடியே நின்றிருந்தவனின் கையைப் பிடித்து உள்ளே இழுத்துவந்தார். அதற்குள் மதனின் அம்மா அவனைப் பார்த்துவிட அழுதுகொண்டே வந்து அவனை அணைத்துக்கொண்டாள்.

அழுகைச் சத்தம் மெல்ல மெல்ல அதிகரித்து. அதற்குள் வார்த்தைகளும் குழைந்து அவன் காதுகளுக்கு அது ஒப்பாரி மாதிரியே கேட்டது.

அவன் கையிலிருந்த பையை வாங்கி வைத்த மாமா, "நீ போயி உங்கப்பாவப் பாரு. நான் கடை வரைக்கும் போயிட்டு வந்துடறன்" என்று சொல்லிவிட்டு வெளியேறினார்.

"டேய் கவுச்சி எதுவும் வாங்கியாந்துடாத, இன்னிக்கு அம்மாவாச" என்று கத்தினாள் மதனின் அம்மா. அவர் திரும்பிப் பார்க்காமலேயே தலையாட்டிக்கொண்டே கண்ணிலிருந்து மறைந்தார். மதன் திரும்பி அவன் அம்மாவைப் பார்த்தான். அவள் மெல்ல உள்ளே சென்றாள். அவள் தன் அப்பாவின் அறைக்குத்தான் செல்கிறாள் என்று உணர்ந்து அவளைப் பின்தொடர்ந்தான்.

அந்த அறையில் விளக்குகள் அணைக்கப்பட்டிருந்தன. ஜன்னலில் திரையிடப்பட்டிருந்தது. அவ்வப்போது வீசிய காற்றில் திரை விலகி லேசான வெளிச்சத்தை அறைக்குள் அனுமதித்தது. உள்ளே சென்றவள் ஜன்னல் திரையை முழுவதும் விலக்கி அதிக வெளிச்சத்தை உள்ளே வரச்செய்தாள். அந்த அறை அவனது அப்பாவைப் போலவே பழமையேறிப்போய் இருந்தது. சுவரோரம் இருந்த நாற்காலியை எடுத்து தனது கணவரின் அருகில் போட்டாள். ஆனால், மதன் உட்காராமல் அப்பாவையே வெறித்துக்கொண்டிருந்தான்.

"டேய்... இப்படி வந்து உக்காருடா."

அவன் பெருமூச்சொன்றை விட்டுவிட்டு அந்த நாற்காலியில் உட்கார்ந்தான். அவர் நன்றாக தூங்கிக்கொண்டிருந்தார். பக்கவாதத்தால் சிதைந்திருந்தார். வாய் லேசாக கோணிக் கொண்டிருந்தது. இருவரும் அமைதியாக அவரைப் பார்த்துக்கொண்டிருந்தார்கள். அவள் மெல்லத் தனது கணவரின் அருகில் சென்று அவரை எழுப்பினாள். அவன் அதைத் தடுக்கவில்லை. அவர் மெல்லக் கண் விழித்து தனது மனைவியை எரிச்சலுடன் பார்த்தார். அவள் திரும்பி மதனை பார்க்க, அவரும் என்ன என்பது போல் பார்த்தார். அருகில் நாற்காலியில் தனது மகனைக் கண்டதும் அவருக்கு சில நொடிகள் எதுவும் புரியவில்லை. மீண்டும் திரும்பி தன் மனைவியைப் பார்த்தார். அவள் மெல்லச் சிரித்தாள். அவர் தன் முன்னிருப்பது உண்மைதான்

என உணர்ந்துகொண்டார். மீண்டும் திரும்பி தனது மகனைப் பார்த்தார். சிரிக்க முயன்றார். சட்டென அவர் முகம் மாறியது. தன்னைப் பார்த்துக்கொண்டிருந்த தனது மகனின் கண்களில் துளிகூட அன்பில்லை, தன்னைப் பற்றிய அக்கறையோ கவலையோ இல்லை என்பதை உணர்ந்துகொண்டார். அவன் இன்னும் தன்மீது வெறுப்பில் தான் இருக்கிறான். அதே வெறுப்புடன் தான் தன்னை இப்போது பார்த்துக்கொண்டிருக்கிறான் என்று தெரிந்ததும் அவர் நொறுங்கிப்போனார். மெல்லத் தனது கையை தூக்கி அவனைத் தொட எத்தனித்தார். அவன் சட்டென நாற்காலியுடன் பின் வாங்கினான். அவன் அம்மா கோவமாக, “டேய்... இதெல்லாம் பாவம்டா. இருக்கிறதே போதும் நீயும் வாரிகொட்டிக்காத” என்றாள். அவன் அமைதியாக இருந்தான். அவள் அழுதுகொண்டே வெளியேறினாள். வெளியே சென்று அவனுக்காகக் காத்திருக்கத் தொடங்கினாள். மதன் நீண்ட நேரமாக அறைக்குள் இருந்தான். இருவரும் எதாவது பேசி அவன் மனம் மாறி இங்கேயே இருந்துவிடக்கூடாதா என்று அவள் மனம் ஏங்கியது. அதற்குள் வெளியே சென்ற அவள் தம்பியும் வந்திருந்தான். கையில் ஏதோ பார்சல் வைத்திருந்தான்.

“என்னதுடா அது?”

“பிரியாணி.”

“எழவெடுத்தவனே, உன் கிட்ட என்ன சொல்லி அனுப்பினேன்?”

“நீதான் செய்யமாட்டே, அதான் ஹோட்டல வாங்கிட்டு வந்தேன். வந்தவனுக்கு என்ன ரசஞ்சோறா போடப்போற” என்று கேட்டதும் அமைதியானாள்.

நீண்ட நேரம் கழித்து அவன் வெளியே வந்தான். உடல் நன்றாக வேர்த்திருந்தது. வெளியே மாமாவைப் பார்த்ததும் அவன் முகம் மலர்ந்தது. நீண்ட நாட்களுக்குப் பிறகு அந்த வீட்டில் அவன் இயல்புக்கு மாறினான். ‘சாப்பிடலாமா’ என்று கேட்ட மாமாவிடம் ‘கொஞ்ச நேரமாகட்டும்’ என்று சொல்லிவிட்டு தனது அம்மாவிடம் காப்பி வேண்டுமென்றான். அவள் உள்ளே சென்றதும், “அப்பறம் மாமா எல்லாம் எப்படி போகுது” என்றான்.

“எனக்கென்னபா, நீதான் ரொம்ப நாள் கழிச்சி வந்திருக்க, நீதான் சொல்லனும். கல்யாணம்லா பண்ணிட்டியா, இல்ல இனிமேதானா. எங்களுக்கெலாம் சொல்ற ஐடியா இருக்கா.”

“இன்னும் இல்ல மாமா, அடுத்த வருஷம் பண்ணிடலாம்.”

“அது என்ன அடுத்த வருஷம், நீ ‘ம்’ன்னு சொல்லு உடனே முடிச்சிடலாம்” என்று மாமா சொன்னது அவன் மெல்ல சிரித்துகொண்டான்.

காப்பி வந்தது. இருவரும் எடுத்துக்கொண்டனர். மெல்ல உறிஞ்சியவன் “ரொம்ப நாள் ஆச்சி” என்றான். சுற்றி வீட்டை ஒருமுறைப் பார்த்தான். “செவுருலாம் ஒரே கரையாயிடுச்சி, எல்லாத்தையும் சரி பண்ணனும்” என்றான்.

“இங்கயே இருந்து பண்ணு, உன்ன யாரு வேணாம்னு சொன்னா.”

“எங்க இங்கயே இருக்கறது, வேல இருக்கே.”

“இங்கயே ஒரு வேலையப் பாத்துக்கோ” என்றார் மாமா. மதன் லேசாகச் சிரித்தான். அவன் அவ்வாறு பேசியதே அவன் அம்மாவிற்கு நிம்மதியாக இருந்தது.

“அக்கா வராளா?”

“எப்பவாது வருவா. உன் அளவுக்கு இல்லனாலும் அவளுக்கும் கோவம் இருக்கு. மாமியார் வீட்டுலயும் அவளுக்கு பிரச்சன. ஏதோ அவ வீட்டுக்காரர் நல்லவரா இருக்கப்போயி பெருசா எதுவும் இல்ல.”

“ம்.”

“ஆனா இப்ப யாரும் வரதில்ல. மொதல்லலாம் சார், அண்ணே, மாமா, பெரியப்பான்னு யாராவது வந்து எதாவது கேட்டுக்கிட்டே இருப்பாங்க. முன்னாடி உக்காரக்கூட மாட்டாங்க. ஊர் பேர் தெரியாதவங்கலாம் வீட்டுக்கு வந்து பத்திரிக்கை வெப்பாங்க. ம்… மூனு மாசத்துக்கு முன்னாடி அவர் சொந்த தங்கச்சி மக கல்யாணம். இவர் தான் தாய் மாமன். ஒரு வார்த்த கூப்பிடலயே. அக்கம்பக்கத்துல கடைக்காரங்க யாரும் பேசறதில்ல. எல்லாம் குடிமுழுகிப் போச்சி.”

“அதிகாரம் இருக்குன்னு என்னவேனா செய்யலாம்னு நெனச்சா இப்படித்தான் அனுபவிக்கனும்.”

யாரும் பதில் சொல்லவில்லை. சிறிது அமைதி நிலவியது.

காப்பி குடித்துவிட்டு மெல்ல எழுந்தான் மதன்.

"குளிச்சிட்டு வா சாப்பிடலாம்" என்றாள் அம்மா.

அவன் தலையாட்டிவிட்டு குளியலறைக்குச் சென்று கதவைச் சாத்தும் முன் "மாமா" என்றான்.

"என்னடா?"

சற்று அமைதிக்குப் பிறகு, "அப்பவே முடிஞ்சிருச்சி... எல்லாருக்கும் சொல்லிவிட்ருங்க..." என்று சொல்லிவிட்டு கதவைச் சாத்திக் கொண்டான்.

அவர்கள் இருவரும் அறையை நோக்கி ஓடினர்.

◆ ◆ ◆

பகுதி 2

வெளியேற்றம்

இந்த விசாரணையிலிருந்து நீ தப்பிக்க வேண்டுமென்றால் நீ உறங்கவே கூடாதென்று எனக்குள் கேட்ட குரலைத் தொடர்ந்து நான் சரியாக நாற்பத்து மூன்று மணி நேரம் உறங்காமலிருந்தேன். ஆனால், அந்த நாற்பத்து மூன்று மணி நேரத்தின் ஒவ்வொரு நொடியும் நான் அதைப் பற்றி மட்டுமே நினைத்துக்கொண்டிருந்தேன். அது அந்த விசாரணையால் ஏற்படும் சித்திரவதையை விட மிகக் கொடுமையாக இருந்தது. முந்தைய விசாரணையின் போது நடந்தவை அனைத்தையும் இந்த பாழாய்ப்போன மனம் மறக்கமாட்டேன் என கங்கணம் கட்டுக்கொண்டிருக்கிறது. கேள்விகள் கேள்விகள் என அது என்னை வதைத்துக்கொண்டிருந்தது. ஒருகட்டத்தில் கேட்கப்படும் கேள்விகளுக்கும் எனக்கு எந்த சம்பந்தமும் இல்லையே என்று கூட முந்தைய விசாரணையின் போது கத்தினேன். அதற்கு அந்த நீதிபதி "நீங்கள் குற்றம் சாட்டப்பட்டவர். உங்களிடம் எந்தக் கேள்விகளையும் கேட்க எனக்கு உரிமையுள்ளது" என்றார். அதற்காக 2021இல் இருக்கும் எனக்கு 1991இல் நடந்த ஒரு குண்டு வெடிப்புக்கும் என்ன சம்பந்தம் என்றால் நான் என்ன செய்வேன். அப்போது எனக்கு ஆறு வயது தானே என்றால், "நீங்கள் ஒரு குற்றத்தை திட்டமிட்டிருக்கிறீர்கள். அதுவும் மிகக் கொடூரமாக. ஆகவே ஏற்கனவே வேறு ஏதாவது அதுபோல் நீங்கள் திட்டமிட்டிருக்க வாய்ப்புண்டு. அதை அறிந்துகொள்வது எங்கள் கடமை" என்கிறார். இனி என்னால் இந்த கொடுமைகளைத் தாங்க முடியுமென்று தோன்றவில்லை. இதெல்லாம்

சரியாக மூன்று ஆண்டுகளுக்கு முன் ஆரம்பமானது. இதுவரை சரியாக ஐந்து முறை அவ்வாறு நடந்திருக்கிறது. அதாவது ஐந்து சம்பவங்கள். ஐந்து திட்டங்கள். வெறும் திட்டங்கள் தான். செயல்படுத்தப்படாத, செயல்படாத திட்டங்கள். ஆனால், அதுவே என் குற்றங்கள்.

இந்த விசாரணையின் முதல் நிகழ்வு, ஒரு நாள் மதியம் ஒரு மணிக்கு மேல் ஆரம்பித்தது. அதற்கு முதல் நாள் இரவு ஷிப்ட் பார்த்துவிட்டு காலை ஷிப்டயும் தொடர்ந்து பார்த்துவிட்டு மதியம் பன்னிரெண்டு மணிக்கு மேல் தான் வீட்டிற்கு வந்தேன். கோபம், எரிச்சல், தலைவலி அதற்கு கட்டுப்படுத்தமுடியாத தூக்கம். எதுவாக இருந்தாலும் தூங்கி எழுந்து பார்த்துக்கொள்ளலாம் என்று கண்களை மூடினேன். தூக்கம் வருவதுபோல் இருந்தாலும் அவ்வளவு எளிதாகத் தூங்க முடியவில்லை. ஏதோ ஒரு கட்டத்தில் என்னையறியாமல் தூங்கிவிட்டிருந்தேன். அதற்குப் பின் நடந்ததெல்லாம் வெறும் கனவு என்று நீங்கள் நினைக்கலாம். நான் அப்படி நினைக்கவில்லை. உண்மையில் நான் வேறு ஒரு உலகத்திற்குள் நுழைந்திருந்தேன். அது என் அகவுலகமாக இருக்கலாம் அல்லது வேறு ஒரு பரிணாமமாகக் கூட இருந்திருக்கலாம். ஆனால், அது அன்று தொடங்கியது. இன்றுவரை தொடர்ந்துகொண்டிருக்கிறது. அங்கே நான் ஒரு குற்றவாளி. ஒரு குற்ற விசாரணையில் சிக்கியிருக்கிறேன். குற்றம் செய்துவிட்டல்ல. குற்றம் செய்யத் திட்டமிட்டு.

நான் ஓர் இருட்டறையில் கண் விழித்தேன். கடும் தலைவலி. உண்மையில் அப்போது நான் தூங்கிவிழித்துவிட்டேன். இரவாகிவிட்டது இன்னும் விளக்குகளைப் போடவில்லை. அதனால் தான் இருட்டாக இருக்கிறது. இன்னும் தலைவலி போகவில்லையே. விடுப்பு எடுத்துவிடலாம் என்று நினைத்தேன். தூக்கத்தின் போதை மெல்லக் களையத் தொடங்கியதும் தான் ஒன்றை உணர்ந்தேன். நான் தரையில் படுத்திருந்தேன். மேலும் அந்த அறையில் என்னைத் தவிர வேறு எதுவும் இல்லை. அதாவது இது என் அறையில்லை. குழப்பம் தலைவலியை மேலும் அதிகப்படுத்தியது. எழுந்திருக்க முடியவில்லை. மெல்ல அசைந்தேன். ஏதோ ஒரு சத்தம் கேட்டது. தாழ்ப்பாள் திறக்கும் சத்தம். எந்தப் பக்கத்திலிருந்து கதவு திறக்கப்படப்போகிறது என்று என்னால் ஊகிக்க முடியவில்லை. தலையைச் சுற்றிச் சுற்றிப் பார்த்தேன். திடீரென்று என் மேல் பெரும் வெளிச்சம்

பாய்ந்தது. கண்களைக் கூசச்செய்யும் வெளிச்சம். அது என் தலைக்கு மேலிருந்து பாய்ந்துகொண்டிருந்தது. கண்களைக் குறுக்கிக்கொண்டு மேலே பார்த்தேன். சதுர வடிவில் ஒரு திறப்பு. வீடுகளில் தண்ணீர் தொட்டிக்குப் போடப்பட்டிருக்கும் இரும்பு மூடியின் அளவு இருக்கும். இருவர் நிழலுருவாக நின்றிருந்தனர். ஒரு இரும்பு ஏணியை இறக்கினர். “ம்... வா...” என்றனர். நான் மெல்ல எழுந்து ஏணியில் ஏற ஆரம்பித்தேன். ஏற ஏற உயரம் கூடிக்கொண்டே போவது போல் ஒரு உணர்வு. மேலும் மனம் முழுக்க சிந்தனை, குழப்பம். கடைசிப் படியின் அருகில் வரும்போது என் கையைப் பிடித்துத் தூக்கிவிட்டனர். நான் மேலே வந்ததும் ஏணியை வெளியே எடுத்துவிட்டு அந்த அறையை அல்லது சிறையை மூடினர். காட்சிகள் மெல்லக் கண்களுக்கு புலப்படத் தொடங்கியது. நான் நின்றுகொண்டிருந்ததும் ஒரு அறை தான். நான் அந்த இருவரையும் பார்த்தேன். அவர்களை எங்கோ பார்த்தது போல இருந்தது. தலைவலிக்கு இடையில் சட்டென நினைவிற்கு வந்தது. அது நான் தான். அந்த இருவருமே நான் தான். நான் குழம்பினேன். எனக்குத் தெரியும் என்றாவது ஒருநாள் எனக்குப் பைத்தியம் பிடிக்குமென்று. ஆனால், அது இவ்வளவு விரைவில் நடக்குமென்று நான் நினைக்கவில்லை. அப்படியென்றால் இது ஒரு மனநல மருத்துவமனை. ஆனால், ஏன் எனக்கு இவர்களும் என்னைப் போலவே தெரிகிறார்கள். அப்படியென்றால் எனக்கு இன்னும் வேறு ஏதோ பிரச்சனைகள் இருக்கிறது. இந்தக் கதவைத் திறந்ததும் நான் சந்திக்கப் போகும் மருத்துவர் எனக்கு நிச்சயம் புரியாத மாதிரி விளக்குவார். நான் புரிந்தது மாதிரி தலையாட்ட வேண்டும் என்று நினைத்துக்கொண்டேன். நாங்கள் நீண்ட நேரம் காத்திருந்தோம். ஒருவேளை மருத்துவர் வேறு யாராவது ஒருவரைப் பார்த்துக்கொண்டிருக்கலாம். ஒருவேளை அது எனக்கு முன் நீண்ட நாட்களாகப் பதவி உயர்வு கிடைக்காமல் இருக்கும் எனது சீனியராகவும் இருக்கலாம். அந்த அறையின் கதவுகளுக்கு மேல் இருக்கும் பச்சை விளக்கு எரிந்ததும் அந்த இருவரும் கதவைத் திறந்துகொண்டு என்னை இழுத்துச் சென்றனர். நான் எதிர்பார்த்தது போல் அங்கு மருத்துவமனையோ அல்லது மருத்துவரோ இல்லை. அது ஒரு நீதிமன்றம் அல்லது விசாரணை மன்றம். அங்கே சிலர் இருந்தனர். மேலும் அவர்கள் அனைவரும் என்னைப் போலவே இருந்தனர்.

நான் நேராக இழுத்து செல்லப்பட்டு அங்கிருந்த ஒரு நாற்காலியில் உட்காரவைக்கப்பட்டேன். சுற்றிப் பார்த்தேன். அங்கிருந்த யாருமே என்னைக் கண்டுகொள்ளவில்லை. அவர்களுக்குள் ஏதோ பேசிக்கொண்டோ அல்லது வாசித்துக்கொண்டோ இருந்தனர். என் எதிரே நீதிபதி போன்ற உடையிலிருந்தவர் என்னை நோக்கி, "உனக்காக வாதாட வேண்டியவர் இன்னும் சற்று நேரத்தில் வந்துவிடுவார். நீ கொஞ்சம் காத்திரு" என்று சொல்லிவிட்டு அவர் ஏதோ படிக்கத் தொடங்கினார். அவர் என்ன படிக்கிறார் என்று பார்த்தேன். நான் இரண்டுப் பக்கங்களுக்கு மேல் வாசிக்க முடியாமல் தூக்கி வைத்த ஒரு எட்நூத்தி இருபத்தேழு பக்க நாவல் அது. அப்போது எனக்குள் ஒரு சந்தேகம் எழுந்தது. கேட்கலாமா வேண்டாமா என்று நான் நினைக்கும் போதே "என்ன?" என்ற குரல் கேட்டு தலையை உயர்த்தினேன். அந்த நீதிபதி மீண்டும் "என்ன" என்றார். நானும் திருப்பி அவரிடம் "என்ன" என்றேன். "ஏதோ கேட்க நினைத்தாயே, அது என்ன" என்றார். "நான் கேட்க நினைத்தது உங்களுக்குத் தெரியுமென்றால், நான் என்ன கேட்க நினைத்தேனென்று உங்களுக்குத் தெரிந்திருக்குமே" என்றேன். "ஆம். எனக்குத் தெரியும். ஆனால், மற்றவர்களுக்குத் தெரியவேண்டும். அதனால் தான் கேட்கிறேன்." "அதாவது எனக்காக ஒருவர் வாதாட போகிறார் என்றால், எனக்கெதிராக ஒருவர் வாதாடுவாரா." நீதிபதி மெல்லச் சிரித்துக்கொண்டார். இங்கே இருக்கும் அனைவரும் உனக்கு எதிராகத்தான் உள்ளனர். என்னையும் சேர்த்து. உனக்காக வாதாடுபவர் தான் எங்கள் எண்ணங்களை மாற்ற வேண்டும்" என்று சொல்லிவிட்டு மீண்டும் படிக்கத் தொடங்கினார். சிறிது நேரத்தில் கதவு திறக்கும் சத்தம் கேட்டதும் ஒரு உருவம் மெல்லத் தள்ளாடியபடி இருமிக்கொண்டே உள்ளே வந்து என் அருகில் காலியாக இருந்த மற்றொரு நாற்காலியில் உட்கார்ந்துகொண்டது. எப்படியும் அவருக்கு எழுவது வயதுக்கு மேல் இருக்கலாம். அவர் உருவமும் என்னைப் போலவே இருந்தது.

நீதிபதி பேச ஆரம்பித்தார். "தாங்கள் இங்கே எதற்காக வந்திருக்கிறீர்கள் என்று உங்களுக்குத் தெரியுமா?" நான் தெரியாது என்பதுபோல் தலையசைத்தேன்.

"நல்லது. நீங்கள் உங்கள் மேலாளரை ஐந்து முறை வெவ்வேறு சந்தர்ப்பங்களில் கொலை செய்ய நினைத்துள்ளீர்கள். அதை உங்கள் மனதில் ஒத்திகைப் பார்த்திருக்கிறீர்கள். அவ்வொத்திகையில்

அவரை ஐந்து முறை கொன்றிருக்கிறீர்கள். அவர் ஐந்து முறை மரணமடைந்திருக்கிறார். இந்த ஐந்து கொலைக்காகத்தான் இந்த நீதி விசாரணை.”

நான் ஒன்றும் புரியாமல் விழித்துக்கொண்டிருந்தேன். எனக்குப் பிரமிப்பாகவும் அச்சமாகவும் இருந்தது. உண்மையில் எனக்குப் பைத்தியம் முத்திவிட்டதாகவே நினைத்தேன். இப்படிப்பட்ட ஒரு வாழ்க்கையை நான் வாழக்கூடாது என்று தோன்றியது. அப்போது நீதிபதி குறுக்கிட்டார், “நீங்கள் இப்போது நினைத்தது கூட ஒரு குற்றம் தான்” என்றார்.

ஆம். ஐந்துமுறை நான் அவனைக் கொல்ல நினைத்தேன். அதற்காகத் திட்டமெல்லாம் எதுவும் போடவில்லை. ஒவ்வொரு முறையும் ஏதோ ஒரு சம்பவம் நடக்கும்போது சட்டென எனக்கு அவ்வாறு தோன்றியது. ஒருமுறை அவனை எனது வண்டியில் அழைத்துச்சென்று அவனது வீட்டில் விடச் சொன்னான். போகும் வழியில் எதிரில் வந்த லாரியில் வண்டியை வேகமாகச் சென்று இடித்துவிடலாமா என்று தோன்றியது. ஒருமுறை அலுவலகத்தின் பதிமூன்றாவது மாடியில் நின்றுகொண்டு பேசிக்கொண்டிருக்கும் போது அப்படியே... இப்படி சிலமுறை தோன்றியதே தவிர நான் திட்டமெல்லாம் ஒன்றும் போடவில்லை என்று நான் மனதிற்குள் நினைத்துக்கொண்டிருக்கும் போதே நீதிபதி குறுக்கிட்டார், “உங்களுக்கு அவ்வாறு தோன்றியதிலிருந்தே உங்கள் மனதில் வன்மம் இருந்ததற்கான சான்று.”

“அவர் நினைக்கத்தானே செய்தார். குற்றம் நிகழவில்லையே. குற்றம் நிகழ்ந்தால் தானே தண்டனை. மற்றபடி அவர் திட்டமிட்டார் அல்லது முயற்சி செய்தார் என்று நிரூபிக்கப்படவில்லையே” என்று என் அருகிலிருந்த என் சார்பாக வாதாடுபவர் சொல்லிமுடித்ததும் வேகமாக ஒரு மணியோசை கேட்டது. அனைவரும் சத்தம் வந்த திசையை நோக்கிப் பார்த்தார்கள். பின் ஒருவர் பின் ஒருவராக மறையத் தொடங்கினர். நான் இழுத்து வரப்பட்டு மீண்டும் அதே இருட்டறையில் தள்ளப்பட்டேன். மீண்டும் கண் விழிக்கும் போது அலாரம் அடித்துக்கொண்டிருந்தது. அதை அணைத்துவிட்டு மெல்ல எழுந்தேன். தலைவலி இன்னும் இருந்தது. இன்று வேலைக்குப் போகவே கூடாது என்று முடிவெடுத்தேன். போன் செய்து தெரிவித்தேன். அதிசயமாக மறுப்பேதும் தெரிவிக்கப்படவில்லை.

இது வெறும் கனவுதான் அச்சப்படத் தேவையில்லை என்று நீண்ட யோசனைக்குப் பிறகு எனக்கு நானே சமாதானம் சொல்லிக்கொண்டேன். அன்று இரவு முழுவதும் நான் உறங்கவில்லை. எந்த காட்சிகளும் எனக்கு மறக்கவில்லை. அந்த நீதிபதி ஆர்வமாகப் படித்துக்கொண்டிருந்த நாவலை எனது சேகரிப்பிலிருந்து தேடி எடுத்தேன். அதை வாசிக்கும் முன் இணையத்தில் அதைப் பற்றிய விமர்சனங்களைத் தேடி வாசித்தேன். எதுவுமே நடுநிலையாக இல்லை. ஒன்று அதை ஆகா ஓகோ என்று புகழ்ந்தது. அல்லது அது ஒரு குப்பை என்று இருந்தது. இரண்டையும் ஒதுக்கித் தள்ளிவிட்டு மீண்டும் அந்தப் புத்தகத்தை எடுத்தேன். இந்த இரவு முழுவதும் என்ன செய்வதென்று தெரியவில்லை. மீண்டும் அந்த நாவலை வாசிக்கத் தொடங்கினேன். சரியாக மூன்றாவது நிமிடம் கண்ணை இழுத்துக்கொண்டு சென்றது. அந்த சில நொடிகளில் அந்த இருட்டு அறையும் ஏணியும் விசாரணையும் வந்து போகச் சட்டெனக் கண்விழித்தேன். தூங்கவே கூடாது என்று முடிவெடுத்தேன். எவ்வளவு முடியும் அவ்வளவு நேரம். இந்தப் பிரச்சனை முடியும் வரை வேலைக்குப் போவதாகவும் இல்லை. நாளை வெள்ளிக்கிழமை. இன்னும் ஒருநாள் சேர்த்து விடுப்பு எடுத்துவிட்டு இந்தப் பிரச்சனையை முடித்துவிடுவது என்று தீர்மானித்தேன். சரியாக நாற்பத்து எட்டு மணி நேரம் தூங்காமலிருந்தேன். அதன் பிறகு எதுவும் என் கட்டுப்பாட்டில் இல்லை. மீண்டும் அதே அறை, அதே ஏணி, அதே விசாரணை.

இந்த முறை எனக்காக வாதாடுபவர் சற்று உற்சாகமாக உள்ளே வந்தார். வரும்போதே என்னைப் பார்த்துச் சிரித்தார். என் காதில் மட்டும் கேட்கும்படி "ஒரு சூப்பரான பாய்ண்ட் கிடைச்சிருக்கு" என்றார். உடனே தூரத்தில் இருந்த நீதிபதி "அதைக் கேட்க நான் ஆவலாக இருக்கிறேன்" என்றார். மீண்டும் விசாரணை தொடங்கியது. என் சார்பாக வாதாடுபவர் தன் வாதத்தைத் தொடர்ந்தார். "அதாவது, இவர் தன் மனதில் தனது மேலாளரைக் கொலை செய்யத் திட்டமிட்டதாகக் குற்றம் சாட்டப்பட்டிருக்கிறது. அதுவும் ஐந்து முறை. ஆக அந்த ஐந்து முறையும் அந்த மேலாளர் இவரை ஏதோ ஒரு வகையில் அக்குற்றத்தைச் செய்யத் தூண்டியிருக்கிறார். ஆக அவரே முதல் குற்றவாளி."

நீதிபதி சிரித்துக்கொண்டே இதற்குப் பதிலளித்தார், "நீங்கள் இதை வெளிஉலகில் இயங்கிக்கொண்டிருக்கும் ஒரு நீதிமன்றத்தில்

சொல்லியிருந்தால் எடுபட்டிருக்கும். ஆனால், இது அகவுலகம். இங்கே நாம் செய்யும் குற்றங்களுக்கு நாமே தான் நீதிபதி. ஒருவேளை இதோ நின்றுகொண்டிருக்கும் இந்தக் குற்றவாளிக்கு மனசாட்சி என்று ஒன்று இல்லாமல் இருந்திருந்தால் நாமெல்லாம் இங்கே இருந்திருக்கப் போவதேயில்லை. உண்மையில் அவர் பிரச்சனைகளுக்கு அவரும் அவர் மனசாட்சியுமே தான் காரணம்."

"நீங்கள் சொல்வதுபோலவே அவர் தன் மனசாட்சிக்குக் கட்டுப்பட்டு இந்தக் குற்றத்தை நிகழ்த்தவில்லை. ஆகவே நடக்காத ஒரு குற்றத்திற்கு எதற்கு இந்த விசாரணை."

"இதுவரை இந்தக் குற்றம் நிகழவில்லை. ஆனால், இனியும் அது நிகழாது என்று உங்களால் தொடர்ந்து உறுதியளிக்க முடியுமா? அவர் தொடர்ந்து தனது மேலாளரின் மேல் வன்மத்தில் தான் இருக்கிறார். இப்போது உயிர்ப்போடு இருக்கும் அவர் மனசாட்சி இனியும் அப்படியே இருக்கும் என்று யாரால் உறுதியாகக் கூறமுடியும்" என்று நீதிபதி சொல்லி முடித்ததும் அனைவரும் சிறிது நேரம் அப்படியே அமைதியாக இருந்தனர். எனக்காக வாதாடுபவர் என்னை உற்றுப் பார்த்தார். எனக்கு என்ன சொல்வதென்றே தெரியவில்லை. ஒருவேளை நிஜத்தில் நான் ஏதாவது செய்துவிடுவேனோ என்றுகூட தோன்றியது. நான் தற்கொலை செய்து கொண்டால்? எல்லாம் முடிந்துவிடுமே என்று தோன்றியது. "அது மாபெரும் தவறு" என்று நீதிபதியின் குரல் கேட்டது. நான் அவரைப் பார்க்கவில்லை. எங்கோ பார்த்துக்கொண்டு யோசித்துக்கொண்டிருந்தேன். என்னையும் அறியாமல் என் கண்களில் கண்ணீர் வழிய ஆரம்பித்தது. மெல்ல நடுங்கியபடி என் குரல் வெளிப்பட்டது. "இதற்கு வேறு வழி எதுவுமே இல்லையா? நீங்கள் இப்போது என்னதான் செய்ய நினைத்திருக்கிறீர்கள். அது குற்றமே என்றாலும் என்ன தண்டனை தருவதாக உத்தேசித்திருக்கிறீர்கள்" என்று நான் கண்ணீர் வழியக் கேட்டேன்.

"நீங்கள் ஒன்றை நன்றாக உணர வேண்டும். இங்கே யாரும் உங்களைத் தண்டிக்க வரவில்லை. அது எங்கள் வேலையும் அல்ல. எங்கள் நோக்கமே உங்கள் தவறை நீங்கள் உணர்ந்து அதிலிருந்து விலக வேண்டும் என்பது தான்" என்றார் நீதிபதி.

எனக்கு அவர் சொல்ல வருவது எதுவுமே புரியவில்லை. அப்போது ஒரு சத்தம் கேட்டது. அனைவரும் அந்தச் சத்தம் வந்த திசையை

வெளியேற்றம் ★ 117

உற்றுப் பார்த்தார்கள். பின் மெல்ல மறையத்தொடங்கினார்கள். மறைந்துகொண்டிருக்கும் போதே நீதிபதி, “நான் சொன்னதைப் பற்றி நன்றாக யோசி” என்றார்.

நான் கண்விழித்தேன். எனது கைப்பேசி அடித்து ஓய்ந்திருந்தது. எடுத்துப் பார்த்தேன். அப்பா அழைத்திருந்தார். ஜன்னலைப் பார்த்தேன். நன்றாக விடிந்திருந்தது. மீண்டும் அப்பாவை அழைத்தேன்.

“என்னப்பா தூங்கிட்டியா?”

“இல்லப்பா இப்பதான் எழுந்தேன். நேத்து வேலைக்கு போகல.”

“ஏன்... இன்னாச்சி?”

“ஒன்னும் இல்லப்பா, தலைவலி. மாத்திரப் போட்டுட்டு படுத்துட்டடன்.”

“செரி செரி. நல்லா தூங்கி ரெஸ்ட் எடு.”

“இன்னா விஷயம்?”

“ஒன்னும் இல்ல, பக்கத்து தெருவுல மேஸ்திரி பையன் படிப்ப முடிச்சிட்டான். அவனுக்கு உன் கம்பெனில எதாவது வேலை பாத்துக்குடேன்.”

‘நானே இங்க செத்துன்னு இருக்கேன், இதுல இன்னொருத்தனயுமா’ என்று சொல்ல நினைத்தேன். சொல்லவில்லை.

“செரிப்பா, அவங்கிட்ட என் நம்பரக் குடுத்து பேச சொல்லு.”

“செரிப்பா. நீ தூங்கி ரெஸ்டு எடு.”

“ம்” என்று போனை வைத்தேன். இந்த தலைவலி விட்டு ஓயிறமாதிரி தெரியவில்லை. மெல்ல எழுந்து முகம் கழுவிவிட்டு டீ குடிக்கலாம் என்று வெளியே வந்தேன். மண்டைக்குள் அந்த வார்த்தைகள் ஓடிக்கொண்டே இருந்தன.

‘நீங்கள் தான் உணர வேண்டும்... நீங்கள் தான் உணர வேண்டும்... நீங்கள் தான் உணர வேண்டும்... நீங்கள் தான் உணர வேண்டும்...’

“அண்ணே ஒரு டீ.”

'உணர வேண்டும்... உணர வேண்டும்... உணர வேண்டும்... உணர வேண்டும்... உணர வேண்டும்... உணர வேண்டும்...'

எதை உணர வேண்டும். தொடர்ந்து அவமானப்பட்டுக் கொண்டிருப்பதையா? எது அவமானம் என்பதையா?

எது அவமானம் என்று எனக்கு நன்றாகத் தெரிந்திருந்தது. எவனைப் பார்க்கவே கூடாது என்று நாம் நினைக்கிறோமோ, எவன் முன்னால் வாழ வேண்டும் என்று நமக்குத் தோன்றுகிறதோ, எவனை நாம் இனி சீண்டவே கூடாது என்று நாம் முடிவெடுத்துள்ளோமோ எவன் நிழலையும் இனி மிதிக்கக்கூடாது என்றும் எவன் குரலையும் இனிக் கேட்கக்கூடாது என்று நாம் மனதிற்குள் முடிவெடுத்து வைத்துள்ளோமோ, அவன் எதிரில் வரும் போது இவை எதையுமே செய்யாமல் அவன் முன்னால் சிரித்து அவனுக்கு வணக்கம் வைத்து அவன் முன்னால் குறுகி நிற்பது தான் அவமானம். அதைத்தான் நான் தினமும் செய்துகொண்டிருக்கிறேன். அந்த அவமானம் தான் எனக்குத் தினமும் நடந்துகொண்டிருக்கிறது என்று நான் யோசித்துக்கொண்டிருக்கும் போதே, டீ வந்தது. அந்த சூடும் சுவையும் மெல்ல மெல்ல உள்ளே இறங்கும்போதே அந்த நீதிபதியின் கடைசி வார்த்தை நினைவிற்கு வந்தது.

'விலக வேண்டும்... விலக வேண்டும்... விலக வேண்டும்... விலக வேண்டும்... விலக வேண்டும்...'

டீயைக் குடித்து முடித்ததும் தலைவலி குறைந்தது போல் தோன்றியது. அவர் சொல்ல வந்தது என்ன என்று புரிவதுபோலவும் இருந்தது. மொபைலை எடுத்து அலுவலக செயலியை திறந்து வேலையை விட்டு விலகுவதற்கான பிரிவுக்குள் சென்று காரணத்தையும் நன்றியையும் சொல்லி அவர்களுக்கு அனுப்பிவிட்டு மெல்ல அறையை நோக்கி நடந்தேன். அந்த நாவல் இன்னும் என் படுக்கைக்குப் பக்கத்திலேயே இருந்தது. மீண்டும் முதலிலிருந்து வாசிக்கத் தொடங்கினேன். சரியாக மூன்றாவது பக்கம் கண்களை இழுத்துக்கொண்டு சென்றது. அப்படியே சரிந்து நன்றாகத் தூங்கினேன்.

◆◆◆

இன்னும் வாங்கப்படாதவர்கள்

மார்க்கெட் தெரு தன் மதிய நேர மந்த நிலையிலிருந்து மெல்ல விலகி மாலை நேரப் பரபரப்பிற்குள் நுழைந்துகொண்டிருந்தது. வெயில் காலம் என்பதால் வெப்பம் மிகுந்திருந்த நீண்ட மாலையாக அது இருந்தது. மார்க்கெட்டின் பின்பகுதியில் இருக்கும் மீன் கடைகள் மதியமே மூடப்பட்டுவிட்டன. கருவாடு விற்கும் ஒரு கிழவி மட்டும் எங்கோ பார்த்தபடி உட்கார்ந்திருந்தாள். அந்த வரிசைக்கு அடுத்த வரிசையிலிருந்த வளையல் கடைகளில் சிறியது முதல் நடுத்தர வயது பெண்கள் வரை சிலர் ஏதேதோ வாங்கிக்கொண்டிருந்தனர். அதற்கு அடுத்த இரண்டு வரிசையில் காய்கறிக் கடைகளும் கடைசியில் முட்டைக்கடைகளும் வாழையிலைக் கடைகளும் இருந்தன. அந்த ஐந்து வரிசைக்குக் குறுக்காக நடுவே ஒரு வரிசையும் கடைசியாக ஒரு வரிசையும் இருந்தது. நடுவே இருந்ததில் சில காய்கறிகளும் கடைசியாக இருந்த குறுக்கு வரிசையில் கறிக்கடைகளும் இருந்தன. அதே வரிசையின் கடைசியில் இடதுபுறம் ஒரு நுழைவாயிலிருந்தது. வலதுபுற மூலையில் ஒரு கழிப்பறை இருந்தது. இந்த மார்க்கெட்டுக்கு மொத்தம் மூன்று நுழைவாயில்கள். மார்க்கெட் தெருவில் அடுத்தடுத்து இரண்டு நுழைவாயில்களும் பக்கத்துத் தெருவில் கறிக்கடைகள் உள்ள இடத்தில் ஒரு நுழைவாயிலும் உண்டு. மார்க்கெட் தெருவில் இருக்கும் இரண்டு நுழைவாயிலுக்கு நடுவே ஒரே ஒரு காய்கறி கடை மட்டுமே உண்டு. சற்று பெரிய கடை. காலையிலிருந்து மதியம் வரை அதில் கூட்டம் இருந்துகொண்டே இருக்கும். இந்தக் கடையால் மார்க்கெட்டுக்குள் இருக்கும் காய்கறிக் கடைகள் சற்று கடுப்பில் இருந்தன.

இந்தக் கடை சரியாக மூன்று மணிக்குச் சாத்தப்பட்டுவிடும். அதன்பிறகு மாலை வேளைகளில் அந்தக் கடையின் திண்ணையில் சிலர் உட்கார்ந்து பேசிக்கொண்டிருப்பார்கள். சில வயதானவர்கள் புதுச்சேரியின் முக்கிய வழக்கங்களில் ஒன்றான செஸ் விளையாடிக் கொண்டிருப்பார்கள். அதை ஒரு கும்பல் வேடிக்கை பார்த்துக்கொண்டிருக்கும்.

"இன்னா வெய்யிலு இப்புடி காயிது" என்று அலுத்தபடியே வந்து தான் வழக்கமாக உட்காரும் இடத்தில் உட்கார்ந்தாள் சின்னப்பொண்ணு. சின்னப்பொண்ணுக்கு முடியெல்லாம் நரைத்துவிட்டது. பட்டுப்புடவை கட்டியிருந்தாள். கழுத்தில் இரட்டைவட சங்கிலியும் காதில் கல் வைத்த பெரிய கம்பலும் மூக்கின் இருபுறமும் மூக்குத்தி அணிந்திருந்தாள். அவள் வந்து உட்கார்ந்த சிறிது நேரத்திலேயே "இன்னா ஆயா அதுக்குள்ள வந்துட்ட? கொஞ்சம் வெய்யிலு தாழ்ந்ததும் வரலாம்ல" என்று சொல்லிக்கொண்டே அவள் அருகில் வந்து உட்கார்ந்தாள் லட்சுமி. லட்சுமி பள்ளிக்கூட சீருடை அணிந்திருந்தாள். அது சற்று அழுக்காக இருந்தது. பதினொன்று அல்லது பனிரெண்டாம் வகுப்பு படிக்கலாம் என்று பார்த்தவுடன் கணிக்கத்தக்க வகையில் இருந்தாள்.

"ஆமா, அந்த கிறுக்கன் எங்க ஒரு நேரம் போல இருக்கான். இப்பெல்லாம் திடீர்னு திடீர்னு கடைய மூடிகினு ஓடிர்றான், இல்லனா புதுசா ஒரு குட்டிய கூட்டிகினு வந்து அமக்களம் பண்ணின்னு இருக்கான். இதுக்குலாம் என்னிக்கு தான் ஒரு விடிவுகாலம் வருமோ" என்றாள் சின்னப்பொண்ணு. அவர்கள் பேசிக்கொண்டிருக்கும் போதே ஒரு குழந்தை அழுதபடி அவர்கள் எதிரில் சுற்றி சுற்றி வந்தது. ஆனால், யாருமே அதைக் கண்டுகொள்ளவில்லை. சின்னப்பொண்ணு சலித்துக்கொண்டாள், "இது ஒன்னு... எப்பப் பாத்தாலும் அழுதுகினு. இதால ஒரே தல நோவு."

"ஆயா, கொழந்தயப் போயி அப்புடி சொல்லாத ஆயா. தனியா அது இன்னா பண்ணும் சொல்லு."

"க்கும். இதே வந்துடுச்சிங்களே அரைவேக்காடுங்க" என்று சின்னப்பொண்ணு சொன்னதும் மார்பளவு மட்டும் உருவம் கொண்ட சில ஆண்களும் பெண்களும் மிதந்தபடி வந்துகொண்டிருந்தனர். அதில் ஒரு பெண் நேராக

சின்னப்பொண்ணுவிடம் வந்து "எப்பப்பாத்தாலும் எங்கள கரிச்சிக்கொட்றதே உனுக்கு வேலையாப் போச்சி. அந்த கோயிலாண்ட தான நீ பஜ்ஜி சுட்டுன்னு இருக்க, இரு அங்க போயி என் வேலைய காட்டிட்டு வரேன்" என்று அந்தப் பெண் மிதந்தபடியே தெருமுனைக்குச் சென்றாள்.

"போடி... போ..."

"ஏன் ஆயா... எங்களுக்கு தான் தலையெழுத்து இப்புடி இருக்குறோம். உனுக்கு இன்னா நல்லாத்தானே இருக்கற. ஏன் இன்னும் உன்ன வாங்கின்னு போவாம இருக்குற."

"மறந்திருப்பேன். வயசாயிடுச்சில."

"சும்மா சொல்லாத ஆயா போன வாரம் சும்மா உன் கடை வரைக்கும் போயிட்டு வந்தேன். அங்க யாரோ ரொம்ப நாளுக்கி முன்னாடி கடன் வாங்கிட்டு குடுக்கலன்னு ஏசின்னு இருந்த."

"க்கும்... இதெல்லாம் நல்லா கேளு, ஆமா ஏன் அழுவற?"

"நான் எங்க அழுவறேன்."

"அங்க பாரு. அழுதுனு வறது நீதான." சின்னப்பொண்ணு சொன்னதும் லட்சுமி திரும்பிப் பார்த்தாள். தூரத்தில் லட்சுமி வேறு ஒரு உடையில் சற்று வளர்த்தியாக நடந்து வந்துகொண்டிருந்தாள். அவள் கண்கள் கலங்கி அதில் கண்ணீர் வழிந்தவாறு இருக்க அதை யாருக்கும் தெரியாமல் துடைத்துக்கொண்டே இவர்களைக் கடந்து மார்க்கெட்டுக்குள் நுழைந்தாள்.

"இன்னாடி ஆச்சி" என்றாள் சின்னப்பொண்ணு. அவள் அருகில் இருந்த லட்சுமி பெரிதாக அலட்டிக்கொள்ளாமல் பதில் சொன்னால், "ஏதுனா ஆயிருக்கும். வுடு ஆயா, இப்ப நாம ஃபீல் பண்ணி இன்னா ஆவப்போவது. சின்னப்பொண்ணு அமைதியாக இருந்தாள். ரோட்டில் அழுதுகொண்டிருந்த குழந்தையின் சத்தம் திடீரென்று அவளுக்கு உறைக்க, மீண்டும் தன் பழைய நிலைக்கு வந்து, "இது இன்னாடா ஒரே ரோதனயாப் போச்சி" என்றாள்.

வானம் தன் நீல நிறத்தைக் கரைத்துக்கொண்டிருந்தது. தெருவிளக்குகள் தெருவை ஒளியூட்டத் தொடங்கின. அவர்கள் எதிரில் கழுத்தில் பூமாலையுடன் ஒரு நிறைமாத கர்ப்பிணிப் பெண் மெல்ல நடந்து வந்தாள். அவள் முகம் வாடியிருந்தது.

கைகளில் நிறைந்திருந்த வளையல்கள் அவள் நடந்து வரும்போது ஓசையெழுப்பி சின்னப்பொண்ணுவின் கவனத்தைக் கலைத்தது. அருகில் வந்த அவள் “ஆயா, செத்த தள்ளி உக்காறேன். எறைக்குது”. சின்னப்பொண்ணு எதுவும் பேசாமல் தள்ளி உட்கார்ந்தாள். அவள் இருவருக்கும் இடையில் உட்கார்ந்துகொண்டாள்.

“வசந்தாக்கா... போயி உன் புள்ளய பாத்து வந்துட்டு வருவோமா” என்றாள் லட்சுமி.

“வேணாமா. ரொம்ப எறைக்குது. அதுவுமில்லாம, இவன் எப்ப கடையப் பூட்டிகுனு போவான்னு தெரியாது. அப்பறம் அதுக்கு வேற ஓடிவரனும்.”

“போனவாட்டி பாத்தப்பவே நல்லா வளந்திருந்தான்ல.”

“ஆமா... அப்படியே அவங்கப்பா ஜாட.”

“இப்புடி உட்டுப் போறதுக்கு எப்புடித்தான் இவங்களுக்குலாம் மனசுவருதோ” என்று அலுத்துக்கொண்டாள் சின்னப்பொண்ணு.

“ஆயா கம்முன்னு இருக்கமாட்ட” என்று அதட்டினாள் லட்சுமி. சிறிது நேரம் அமைதி நிலவியது. அப்போது ஒரு கிழவர் கத்திக்கொண்டே வந்தார், “அய்யோ... இன்னும் எத்தினி நாளிக்கித்தான் இந்த கன்றாவியெல்லாம் பாத்துன்னு இருக்கறதுன்னு தெரிலயே. எனக்கு ஒரு சாவு வந்துத் தொலையமாட்டேங்குதே” என்று கத்திக்கொண்டே இவர்களை நோக்கி நடக்க முடியாமல் வந்தார்.

“இன்னா தாத்தா. எப்ப கூப்டாலும் வரமாட்டேன்னு சொல்லுவ” என்றாள் லட்சுமி.

“என்னால இந்த எழவெல்லாம் பாத்துன்னு இருக்க முடியாது. இன்னாத்தான் நெனச்சுன்னு இருக்கறான் அவன். அந்தக் குட்டிய கூட்டின்னு வந்து இத்தினி நாளா பேசினு தடவிகினு இருந்தான். இன்னிக்கி இன்னாடான்னா அந்த ரூமுக்குள்ள போயி” என்று தாத்தா சொல்லிக்கொண்டிருக்கும் போதே எதிரில் கேட்டுக்கொண்டிருந்த பெண்கள் சிரித்துக்கொண்டனர்.

“வசந்தாக்கா... தாத்தா சொல்றதப் பாத்தா அவன் கடைய அடைக்க நேரம் ஆவும் போல வா மெதுவா போயிட்டு வந்துடலாம். பக்கத்து தெருவுல தான்” என்றாள் லட்சுமி.

வசந்தா சரியென்றவாறு தலையசைத்துவிட்டு மெல்ல எழுந்தாள். லட்சுமி அவள் எழுந்திருக்க உதவி செய்தவாறே, "ஆயா, இதோ வந்துடறோம்" என்றாள்.

"செரி பாத்து போயிட்டு வாங்க. அப்புடியே என்னையும் கண்டுகுன்னு வாங்க."

அவர்கள் மெல்ல நடக்கத் தொடங்கியதும் காலியான இடத்தில் தாத்தா உட்கார்ந்துகொண்டு மீண்டும் புலம்ப ஆரம்பித்தார்.

"லட்சுமி..."

"இன்னாக்கா?"

"எதுவும் ஆவாம இருந்திருந்தா இந்நேரம் நீ காலேஜ்லாம் முடிச்சிருப்பல்ல."

"அதவுடுக்க, இன்னா எழுதிகிதோ அதான நடக்கும்."

வசந்தா எதுவும் பேசவில்லை. அவளுக்கு அவள் வளைகாப்பு அன்று நடந்தவை கண்முன் வந்து போனது. அன்று அவள் மிக மகிழ்ச்சியாகவும் அதே சமயம் உள்ளூர ஒரு பயத்துடனும் இருந்தாள். சொந்தங்களும் அக்கம்பக்கத்தினரும் வந்து அவளுக்கு நலங்கு வைத்துவிட்டு சென்றனர். அவள் தன் கணவனை அன்று போல் என்றுமே அவ்வளவு மகிழ்ச்சியாகப் பார்த்ததேயில்லை. அனைவரும் சாப்பிட்டுவிட்டுச் சென்றதும் தான் அவள் கணவன் திடீரென்று 'ஸ்டுடியோவிற்கு சென்று புகைப்படம் எடுத்துக்கொள்ளலாமா' என்று கேட்டான். அவர்கள் வீட்டிலும் சரியென்று சொல்ல அப்போதே அவர்கள் பக்கத்துத் தெருவிலிருந்த ஸ்டுடியோவிற்கு சென்று புகைப்படம் எடுத்துக்கொண்டனர். முதலில் இருவரும் பிறகு அவள் மட்டும் தனியாகவும் எடுத்துக்கொண்டாள். நீண்ட நாட்களாக அவள் கணவன் அந்த புகைப்படத்தை வாங்கவேயில்லை. ஏற்கனவே அந்த ஸ்டுடியோவில் புகைப்படம் எடுத்துக்கொண்டு வாங்கப்படாமல் இருந்தவர்களைப் போல் இவர்களும் ஒருநாள் உயிர்பெற்றார்கள். அவர்களைப் போல உலாவத் தொடங்கினார்கள். மாலை வேளையில் பேசத் தொடங்கினார்கள்.

லட்சுமியின் நினைவுகள் எங்கெங்கோ அலைபாய்ந்து கொண்டிருந்தன. லட்சுமி கல்லூரி விண்ணப்பத்தில் ஒட்ட பாஸ்போர்ட் சைஸ் புகைப்படம் எடுக்க வந்தவள், ஆசைப்பட்டு

ஒரு முழுப் புகைப்படம் எடுத்துக்கொண்டாள். எப்படியாவது ஒரு டிகிரி வாங்க வேண்டும் என்று அவள் அப்பா கடைசியாகச் சொன்னது அவளுக்கு எப்போதும் ஒலித்துக்கொண்டே இருக்கும். ஒரு டிகிரி முடித்துவிட்டால் தன் வாழ்க்கையே மாறிவிடும் என்று அவள் அப்பா நம்பினார். அவர்கள் அதே மார்க்கெட்டில் தான் இலைக்கடை வைத்திருந்தார்கள். அவள் புகைப்படம் எடுத்த அன்று இரவே அவள் அப்பா இறந்துவிட அவள் கல்லூரி கனவு கனவாகவே போனது. இப்போது அவள் அந்த இலைக்கடையின் வருமானத்தில்தான் தன் அம்மாவையும் மூளை வளர்ச்சியில்லாத தன் தம்பியையும் பார்த்துக்கொண்டிருக்கிறாள்.

சின்னப்பொண்ணு, கிழவர், என ஏதோ ஒரு காரணத்திற்காகப் புகைப்படங்களை வாங்காதவர்கள். வெறும் பாஸ்போர்ட் சைஸ் போட்டோ எடுத்துக்கொண்டவர்கள் மார்பளவு உருவத்துடன் உலாவிக்கொண்டிருந்தார்கள். இவர்களோடு மணி என்ற சிறுவன் ஒருவன் இருந்தான். அவன் போலியோவால் பாதிக்கப்பட்டவன். எப்போதும் லட்சுமியுடனே இருப்பவன். இரண்டு கட்டைகளின் உதவியுடன்தான் அவனால் நடக்க முடியும். அவன் ஒரு நாள் லட்சுமியிடம் 'ஏன் லட்சுமியாக்கா... நானும் பாஸ்போர்ட் சைஸ் போட்டோ எடுத்திருந்தா இவங்கள மாதிரி ஜாலியா பறந்துன்னு இருந்திருப்பேன்ல. எதுக்குத்தான் எங்கப்பா என்ன முழுசா போட்டோ புடிச்சாறோ' என்றான். திடீரென்று ஒருநாள் அவன் மறைந்துவிட்டான். இறந்துவிட்டால் மறைந்துவிடலாம் என்று அவர்கள் அன்று தான் உணர்ந்தார்கள்.

மற்றொரு நாள் வசந்தாவின் கணவனும் மறைந்துவிட்டான். ஒருகணம் அனைவருக்கும் திக்கென்று ஆனது. லட்சுமி, வசந்தாவை இழுத்துக்கொண்டு வேகமாக ஓடினாள். வீட்டு வாசலில் அவள் கணவன் கண்ணாடிப் பெட்டியில் படுக்கவைக்கப்பட்டிருந்தான். அவன் அருகில் வசந்தா மயங்கிக்கிடந்தாள். விபத்தில் இறந்துவிட்டதாக அருகிலிருந்தவர்கள் பேசிக்கொண்டார்கள். வசந்தா அழத் தொடங்கினாள். லட்சுமியால் அவளைச் சமாதானப்படுத்த முடியவில்லை. எப்படியோ ஒருவழியாக மீண்டும் அவளை அழைத்துவந்தாள். இரண்டு வருடங்கள் ஓடிவிட்டது. அவ்வப்போது சென்று தன் குழந்தையைப் பார்த்துவிட்டு வருவாள். அப்போதெல்லாம் தன் வயிற்றை ஒருமுறை தடவிக்கொள்வாள்.

இருவரும் மெல்ல வசந்தாவின் வீட்டிற்கு வந்தனர். வாசற்கதவு லேசாகத் திறந்திருந்தது. ஹாலில் குழந்தை மட்டும் பொம்மைகள் வைத்து விளையாடிக்கொண்டிருக்க வசந்தா மெல்ல அதன் அருகில் சென்று, "என் ராஜா குட்டி" என்று கொஞ்சினாள். லட்சுமி, வசந்தாவைப் பார்த்துச் சிரித்துக்கொண்டிருந்தாள். அந்தக் குழந்தைக்கு இவர்களைத் தெரியவில்லை. அதுபாட்டிற்கு விளையாடிக்கொண்டிருந்தது. அது ஒரு சிறிய வீடு. அந்த ஹாலைத் தவிர்த்து ஒரு அறையும் ஒரு சிறிய சமையல்கட்டும் இருந்தது. வசந்தா மெல்லத் திரும்பிச் சுற்றிப்பார்த்தாள். சுவரில் அவள் கணவன் படத்திற்கு மாலை போடப்பட்டிருந்தது. அதைக் கண்டு அவள் கண்கள் கலங்கின. லட்சுமி சுற்றிப் பார்த்துக்கொண்டே, "கொழந்தயவுட்டு எங்கக்கா போன, உன் மாமியாரையும் காணோம்" என்றாள். அருகிலிருந்த அறைக் கதவு சாத்தப்பட்டிருந்தது. இருவரும் சென்று பார்த்தனர். அது உள்பக்கம் தாழ்ப்பாள் போடப்பட்டிருந்தது. அருகிலிருந்த ஜன்னல் வழியாக இருவரும் பார்த்தனர். ஒருநொடி இருவரும் அதிர்ந்தனர். வசந்தா அப்படியே நின்றுகொண்டிருந்தாள். லட்சுமி கத்தத் தொடங்கினாள்.

"அக்கா... வேணாக்கா... அக்கா..."

உள்ளே ஃபேனில் தன் புடவையால் தூக்கு மாட்டிக்கொண்டிருந்த வசந்தாவிற்கு அது கேட்கவேயில்லை. லட்சுமி தொடர்ந்து கத்தினாள். "அக்கா... அவசரப்படாதக்கா... வெளியே வந்து அந்த பச்சப்புள்ளய பாருக்கா... அதவுட்டு போவாதக்கா... அக்கா" என்று தொடர்ந்து கத்திக்கொண்டேயிருந்தாள். ஆனால், வசந்த அதற்குள் சுருக்கை தன் கழுத்தில் மாட்டி நாற்காலியை தள்ளிவிட்டு துடிக்க ஆரம்பித்தாள். அவள் அடங்கி முடிக்க நீண்ட நேரம் ஆனது. அதுவரை லட்சுமி கத்திக்கொண்டே இருந்தாள். ஒருவழியாக அது அடங்கி முடித்ததும் அழுதுகொண்டு 'இன்னாக்கா இப்புடி பண்ணிட்ட' என்று சொல்லிக்கொண்டே திரும்பிப் பார்த்தாள். அங்கே வசந்தா இல்லை.

வசந்தாவின் மாமியார் மெல்ல வீட்டிற்குள் நுழைந்தாள். குழந்தை தனியாக இருப்பதைப் பார்த்துவிட்டு "கொழந்தைய இப்புடிப் போட்டு எங்கப் போனா" என்று சொல்லிக்கொண்டே அறைக்கதவைத் தட்டினாள். அது திறக்கவில்லை. அருகிலிருந்த ஜன்னல் வழியாகப் பார்த்துவிட்டு அய்யோ என்று

கத்திக்கொண்டே கீழே சரிந்தாள். அவள் சத்தம் கேட்டே வெளியே இருந்தவர்கள் ஓடிவர, அதே நேரம் லட்சுமி அங்கிருந்து அழுதுகொண்டே வெளியேறிக்கொண்டிருந்தாள்.

லட்சுமி மட்டும் தனியாக நடந்து வருவதைப் பார்த்த சின்னப்பொண்ணுவின் முகத்தில் சந்தேகம் வலுத்தது. லட்சுமி அருகில் வந்ததும், "எங்கடி அவ" என்றாள்.

லட்சுமி அழுதுகொண்டே, "அந்தக்கா தூக்குமாட்டிக்கிச்சி" என்றாள்.

சின்னப்பொண்ணு சிறிது நேரம் அமைதியாக இருந்தாள். அவள் கண்கள் கலங்கின. சட்டென நினைவிற்கு வந்தவளாய், "அந்தப் புள்ள" என்றாள்.

"அது வெளாடின்னு இருக்குது."

மார்க்கெட் மெல்ல அடங்கிக்கொண்டிருந்தது. கடைகள் அடைக்கப்பட்டுக் கொண்டிருக்க வெளியே சென்ற புகைப்படங்கள் ஒவ்வொன்றாக வந்து சேர்ந்தன. லட்சுமியும் சின்னப்பொண்ணும் அழுதுகொண்டிருப்பதைப் பார்த்து விஷயத்தைக் கேள்விப்பட்டு அவர்களும் அமைதியானார்கள். சிலர் அழுதார்கள். அப்போது எதிரில் இருந்த ஸ்டுடியோவிலிருந்து ஒரு பெண் சிரித்துக்கொண்டே வெளியேறினாள். இவர்கள் அனைவரும் மெல்ல ஸ்டுடியோவிற்குள் ஒவ்வொருவராய் சென்றார்கள். அந்தக் குழந்தையும் அழுதுகொண்டே அவர்களோடு நடந்தது. மனசு கேட்காத சின்னப்பொண்ணு அந்தக் குழந்தையைத் தூக்கி தன் தோள் மீது போட்டுக்கொண்டு "என் கண்ணுல, ஏன் அழுதுகினே இருக்கற. அதான் ஆயா, தாத்தா, அக்காலாம் இருக்கோம்ல, அப்பறம் இன்னா உனுக்கு, ஜோ ஜோ ஜோ... அழவுதடா" என்று கொஞ்சிக்கொண்டே உள்ளே சென்றாள்.

மொத்த மார்க்கெட் தெருவும் அடங்கத் தொடங்கியபோது அவன் ஸ்டுடியோவை பூட்டிவிட்டுச் சென்றான். அவர்கள் உட்கார்ந்திருந்த இடத்தில் இப்போது சில நாய்கள் படுத்திருந்தன.

✦ ✦ ✦

கதாபாத்திரத்தை காணவில்லை

ஆந்தை தன் அலுவலகத்திற்குள் நுழைந்தார். அலுவலகம் சுத்தமாக இருந்தது. உள்ளே ஒரே ஒரு மேஜையும் அதற்கு எதிரில் மூன்று பிளாஸ்டிக் நாற்காலியும் இருக்க, மேஜைக்கு மறுபுறம் ஒரு ரோலிங் சேர் இருக்க நேராக அதில் சென்று அமர்ந்துகொண்டார். வாசல் வழியாகவும் ஜன்னல் வழியாகவும் வந்த வெளிச்சமே போதுமானதாக இருந்ததால் அவர் பகலில் மின்விளக்கை போடுவதில்லை. குளிர் காலம் என்பதால் அவர் மின்விசிறியைப் போடலாமா வேண்டாமா என்று குழப்பத்தில் இருந்தார். மின்விசிறி போட்டால் குளிர்கிறது. நிறுத்தினால் என்னவோ போல் இருக்கிறது. எதற்கு செலவு என்று போடாமலேயே இருந்தார். காலையிலேயே அவருக்கு கடுப்பாக இருந்தது. எந்த வேலையுமில்லாமல் இருந்தார். சுற்றி ஒருமுறை தன் அலுவலகத்தைப் பார்த்தார். அவருக்கு இடதுபுறம் ஒட்டப்பட்டிருந்த சி.ஐ.டி. சங்கர் என்ற திரைப்படத்தின் பெரிய போஸ்டரை சற்று நேரம் உற்றுப் பார்த்துக்கொண்டிருந்தார். கையில் துப்பாக்கியுடன் ஜெயசங்கர் இவரைப் பார்த்து முறைப்பதுபோலவே இருந்தது. சட்டென அவருக்கு அந்தக் குரல் கேட்டது.

"சும்மாவே இருந்தா எப்படி ஒரு டீ சொல்றது..."

குரல் வந்த திசையை நோக்கித் திரும்பினார். வலதுபக்கமாக இருந்த அலமாரியில் எதையோ தேடியபடி ஒரு பெண்மணி இருந்தார். ஆந்தையைப் போலவே அவரும் ஐம்பது வயது மதிக்கத்தக்கவராக இருந்தார்.

ஆந்தை தன் கைப்பேசியை எடுத்து டீக்கடைக்கு போன் செய்து ஒரு டீ கொண்டுவரச் சொன்னார். மீண்டும் சலிப்புடன் அந்தப் பெண்மணியை எரிச்சலுடன் பார்த்துப் பேச ஆரம்பித்தார்.

"எத்தன துப்பறியும் கதை படிச்சிருக்கேன். ஒரு ரூபாலா மாதிரியோ, வைஜெயந்தி மாதிரியோ, சுசிலா மாதிரியோ எனக்கு ஒரு அஸிஸ்டெண்ட் கிடைச்சிருக்கக் கூடாதா? எனக்குன்னு வந்து வாச்சியே கழுவாத பிரியாணி அண்டா மாதிரி..."

"சும்மா வாய்க்கு வந்த மாதிரி பேசாதீங்க, நான் ஒன்னும் நீங்க சம்பளம் கொடுத்து வெச்சிருக்கற ஆள் இல்ல. வெறும் கற்பனை தான். அழகா வேணும்னா நீங்க தான் அப்படி கற்பனைப் பண்ணனும். உங்க மண்டைக்குள்ள என்ன இருக்கோ அதான வரும்."

"ஓவரா பேசாத கிளம்பு" என்று அவர் சொன்னதும் அந்தப் பெண்மணி மறைந்தாள். சற்று நேரத்தில் டீ வர, அதைக் குடித்துவிட்டு செய்தித்தாளை எடுத்தார். முதல்பக்கம் தாண்டுவதற்குள் மீண்டும் கைப்பேசி அடித்தது. வாடகைக்காக உரிமையாளர்தான் அடிக்கிறாரோ என்று பதட்டமாக எடுத்துப் பார்த்தார். டீக்கடைக்காரர் பெயர் இருந்தது. சலிப்பாக எடுத்து "ஹலோ" என்றார்.

"சார்... ஒரு பார்ட்டி உங்களத்தான் தேடின்னு வருது."

"சரி சரி.. அவன் உள்ள வர வரைக்கும் அப்படியே பேசிட்டு இரு..."

"இன்னா சார்..."

"ஆள் வர சத்தம் கேக்குது... ஓகே சார்... ஓகே சார்... நோ பிராப்ளம்... எக்ஸ்ட்ரா பேமெண்ட்லாம் வேண்டாம் சார்... நீங்க கொடுத்ததே போதும் சார்..." என்று அவர் சொல்லிக் கொண்டிருக்கும்போதே ஒரு உருவம் வந்து அவர் எதிரில் நின்றிருந்தது. அதைத் தெரிந்துக்கொண்டு தான் அவர் தொடர்ந்து பேசிக்கொண்டிருந்தார். வந்த உருவம் அலுவலகத்தை சுற்றிப் பார்த்துக்கொண்டிருக்க அவர் போனை வைத்துவிட்டு "எஸ்..." என்றார்.

"உண்மை டிடெக்டிவ் ஏஜென்ஸி..."

“ஆமா... இதுதான் உக்காருங்க.”

வந்தவர் உட்கார்ந்தார். ஆந்தை அவரை ஆராயத் தொடங்கினார். வந்தவர் ஏதோ ஐடி கம்பெனி ஆள் போல் அவருக்கு தோன்றியது. கண்டிப்பாக ரொம்ப மொக்கயான வேலையாகத்தான் இருக்கும் என்று நம்பினார்.

“சொல்லுங்க சார், நான் உங்களுக்கு என்ன உதவி செய்யணும்?”

“சார்... எனக்கு ஒரு ஆள கண்டுபிடிக்கணும்.”

“ஓ... சொல்லுங்க யாரக் கண்டுபிடிக்கணும். உங்களுக்கும் அவருக்கும் என்ன உறவு... முழு விபரத்தையும் சொல்லுங்க.”

“சார் உங்க பீஸ்..?”

“மொதல்ல கேஸ சொல்லுங்க சார். பீஸ்லாம் அப்பறம் பேசிக்கலாம்.”

“அதுவந்து சார்... ஒரு ஆள கண்டுபிடிக்கணும்.”

“அதான் சொல்லிட்டீங்களே.”

“சார்... அவன் ஒரு கொலைய நேர்ல பார்த்த முக்கியமான சாட்சி.”

கொலை என்றதுமே ஆந்தை சற்று நிமிர்ந்து உட்கார்ந்தார். வந்தவருக்கு வேர்க்க ஆரம்பிக்க “சார்... கொஞ்சம் கோச்சிக்காம... அந்த ஃபேன் சுவிட்ச போடறீங்களா?” என்று வந்தவரையே வேலை வாங்கினார். அவரும் எதுவும் சொல்லாமல் எழுந்து சென்று ஃபேன் ஸ்விட்சைப் போட்டுவிட்டு வந்து உட்கார்ந்தார்.

“சொல்லுங்க சார், என்ன கொலை? எப்ப நடந்தது? எங்க நடந்தது? எந்த ஸ்டேஷன்ல கேஸ் ஃபைல் ஆகியிருக்கு?” என்று ஆர்வத்துடன் தொடர்ந்து கேட்டுக்கொண்டேயிருந்தார். தன் வாழ்நாளில் முதல் கொலை கேஸ் அவரிடம் வந்திருக்கிறது என்ற படப்படப்பு அவரின் உடல் மொழியில் வெளிப்படையாக தெரிந்தது.

“சார் அவன் பேரு என்னன்னு தெரியாது சார்...”

“ஓ... அவனப்பத்தி வேற என்ன தகவல்கள் இருக்கு.”

“எனக்கு சரியா தெரியல சார்.”

“என்ன சார் குழப்பறீங்க... எனக்கு மொதல்ல இருந்து முழுசா எல்லாத்தையும் சொல்லுங்க சார்.”

“முழுசா சொல்ல முடியாது சார்... அது நானூறு பக்கம். நான் சுருக்கமா சொல்றன்.”

“என்னவோ புரியற மாதிரி சொன்னா சரிதான். சொல்லுங்க.”

“பாண்டிச்சேரில அல்லிக்கிணறுங்கற ஊர்ல ஒரு கொலை நடந்தது சார். செத்தவனுக்கும் அவன் பொண்டாட்டிக்கும் பெரிய சண்ட. அவ கொஞ்சம் கோவக்காரி. ஆம்பளைங்க கூட சரிக்கு சமமா சண்டைக்கு போவா... அதனால அவதான் அவன கொன்னுருக்கணும்ன்னு ஊர்ல பேசிக்கிட்டாங்க. போலிஸுக்கும் அது வசதியா போச்சு. அவள புடிச்சி உள்ளப் போட்டாங்க. ஆனா அவ அந்தக் கொலைய செய்யல சார்... அந்தக் கொலைய பண்ணது வேற ஒருத்தன். அத ஒருத்தன் பாத்திருக்கான். அவனத்தான் கண்டுபுடிக்கணும்.”

“ஓஹோ...”

“பாண்டிச்சேரில நடந்தக் கொலைக்கு நீங்க ஏன் சென்னையில இருக்கற டிடெக்டிவ் ஏஜென்ஸிக்கு வரீங்க... அங்கயே எதுவும் இல்லையா?”

“நான் இங்கதானே சார் இருக்கேன்.”

“கொலை எப்போ நடந்தது?”

“அப்படி எதுவும் சரியா சொல்ல முடியாது சார். எப்ப வேணும்னாலும் வெச்சிக்கலாம்.”

இப்போது ஆந்தை கொஞ்சம் கடுப்பானார். “சார்... நீங்க தகவல்களை சரியா சொன்னாத்தான் என்னால எதாவது உதவ முடியும்.”

“சார், நீங்க கேக்கற எல்லா கேள்விக்கும்தான் நான் பதில் சொல்றனே.”

“எங்க சொல்றீங்க...?”

“சரி. இப்ப ஒன்னொன்னா கேளுங்க. சரியா சொல்றன்.”

“பாண்டிச்சேரில அல்லிக்கிணறுங்கற கிராமம் எங்க இருக்கு?”

"அப்படி ஒரு கிராமம் பாண்டிச்சேரில இல்ல சார்."

"யோவ்... என்ன விளையாடறியா? காலங்காத்தால கடுப்பேத்தி கிட்டு. எழுந்து போயா..."

"சார், ஏன் சார் கோவப்படறீங்க. வழக்கமா நான் தான் டென்ஷன் ஆவேன்."

ஆந்தைக்கு திடீரென்று ஒரு சந்தேகம் வந்தது. எதிரில் இருப்பது உண்மையிலேயே மனிதன் தானா இல்லை இதுவும் தனது கற்பனையா என்று. மெல்ல எழுந்து எதிரில் இருந்தவனை நெருங்கி, மெதுவாக அவனைத் தொட்டார். அவன் உடலை அவரால் உணர முடிந்தது.

"என்ன பண்றீங்க சார்?"

"இல்ல ஒன்னுமில்ல..." என்று சொல்லிவிட்டு தன் இருக்கையில் வந்து உட்கார்ந்தார். பிறகு மெல்ல "டீ சாப்பிடறீங்களா?" என்றார். எதிரில் இருந்தவர் தலையசைக்க, தனது செல்போனை எடுத்து கடைக்காரனை அழைத்து இரண்டு டீ சொன்னார். பிறகு பெருமூச்சொன்றை விட்டுவிட்டு "சார், என்னால முடியல, வயசாயிடுச்சி... எதுவா இருந்தாலும் கொஞ்சம் தெளிவா சொல்லுங்க. இல்லனா டீ வரும் குடிச்சிட்டு கிளம்புங்க."

"சார், நான் தெளிவா சொல்றன் சார். அதுக்கு முன்னாடி ஒரு நிமிஷம்..." என்று சொல்லிவிட்டு தான் கொண்டுவந்திருந்த பையைப் பிரித்து அதிலிருந்து ஒரு பெரிய பைண்டிங் செய்யப்பட்ட புத்தகத்தை எடுத்து மேஜையின் மீது வைத்தார். ஆந்தை அதையே வைத்த கண் எடுக்காமல் பார்த்துக்கொண்டிருந்தார்.

"என்ன சார் இது?"

"சார்... இதுதான் நான் புதுசா எழுதியிருக்கற நாவல்."

ஆந்தை அதைத் தூக்க முடியாமல் தூக்கினார். பிரித்து முதல்பக்கத்தைப் பார்த்தார். அதில் முதல் வரியில் 'ஒரே குத்துல பொட்டுன்னு போயிட்டான்' என்றும் இரண்டாவது வரியில் 'நாவல்' என்றும் மூன்றாவது வரியில் 'அரிசங்கர்' என்றும் இருந்தது. அதைப் பார்த்ததும் ஆந்தைத் தலையைத் தூக்கி எதிரில் இருந்தவரிடம் "சார்... உங்கப் பேர கேக்கவே இல்ல."

"என் பேரு அரிசங்கர்."

"அப்படின்னா நீங்க ஒரு எழுத்தாளர்."

"சார் நான் சொல்லவேயில்ல... எப்படி கண்டுபிடிச்சீங்க சார்..."

அவர் பெருமையாக மெல்லச் சிரித்துக்கொண்டார்.

"சரி இப்பவாது கொஞ்சம் தெளிவா சொல்லுங்க பிளீஸ்..."

"சார்... உங்க கையில இருக்கறது என்னோட புது நாவல். இப்பத்தான் எழுதிமுடிச்சேன். அதுல ஒரு கொலை நடக்குது... ஆனா கொலையே பண்ணாத ஒரு அப்பாவிப் பொண்ணு ஜெயிலுக்குப் போயிடுச்சி... ஆனா கொலை நடந்தப்ப அதப் பாத்த ஒரு சாட்சி இருக்கற மாதிரிதான் நான் எழுதியிருக்கேன்... ஆனா அதுக்கப்பறம் அவன் எங்கப் போனான்னு எனக்கே தெரில. நீங்க தான் இந்த நாவலப் படிச்சி அவனக் கண்டுபிடிக்கனும்."

"ஓ... இது உங்க நாவல் தான... உங்க இஷ்டப்படி இருந்தாதான் என்ன? அவனக் கண்டுபிடிச்சி என்னப் பண்ணப்போறீங்க?"

"சார், மொத்தம் ரெண்டு விஷயம் சார்... ஒன்னு ஒரு அப்பாவி பொண்ணு ஜெயிலுக்கு போயிடுச்சின்னு எனக்கே கஷ்டமா இருக்கு. ரெண்டாவது நான் இந்த நாவல படிக்கறதுக்காக எழுத்தாளர் தென்னமரத்துக்கிட்டக் கொடுக்கப் போறன். அவரு கொஞ்சம் ஸ்டிரிக்டா பாப்பாரு. லாஜிக் கேள்விலாம் கேப்பாரு. சரியா சொல்லலனா அப்பறம் காலச்சுவடுக்கு ரெக்கமெண்ட் பண்ணமாட்டாரு... அதனாலத்தான் எனக்கு அந்த சாட்சிய கண்டுப்பிடிச்சே ஆகணும் சார்."

"எனக்குப் புரிது... நீங்க இதக் கொடுத்துட்டுப் போங்க. நான் படிச்சி கண்டுபிடிச்சிட்டு உங்களக் கூப்பிடறன்."

"ஓகே சார்... உங்க பீஸ்?"

"அதப் பாத்துக்கலாம். நீங்க கிளம்புங்க..."

"சார் டீ இன்னும் வரலயே...?"

"பழைய பாக்கி நிறைய இருக்கு... டீ வராது... நீங்க கிளம்புங்க."

அரிசங்கர் மெல்ல எழுந்து வெளியே சென்றதும் ஆந்தை அந்த பெரிய பைண்டிங் செய்யப்பட்ட புத்தகத்தை எடுத்து பக்கங்களைப் புரட்டத் தொடங்கினார்.

ஒரு வாரத்திற்குப் பிறகு...

ஆந்தை மிக உற்சாகமாக இருந்தார். அவரது உதவியாளரிடம் தான் இந்தக் கேஸை முடித்துவிட்டதாக பெருமையாகச் சொன்னார். அவர் அரிசங்கரின் வருகைக்காகக் காத்திருந்தார். அரிசங்கர் வருவது தாமதமாக அவர் முகம் நிமிடத்திற்கு நிமிடம் மாறிக்கொண்டே வந்தது. அவர் உற்சாகம் மெல்ல மெல்ல வடிந்துகொண்டே வர, அவரின் உதவியாளரின் அழகு குறைந்துகொண்டே வந்தது. சரியாக பதினொரு மணிக்கு அரிசங்கர் ஆந்தையின் அலுவலகத்திற்குள் நுழைந்தார். ஆந்தை கொஞ்சம் கோவமாக, "என்ன சார் பத்து மணிக்கு வரச்சொன்னா பதினொரு மணிக்கு வரீங்க."

"சாரிங்க சார். வர வழியில ஏதோ போராட்டம். டிராபிக் ஜாம்... அதான்..."

"சரிசரி விடுங்க. உங்க கேஸ் முடிஞ்சிது."

அரிசங்கரின் முகம் பிரகாசமானது. "சொல்லுங்க சார்... அவன் எங்க இருக்கான் கண்டுபிடிச்சிட்டீங்களா? அந்தப் பொண்ணக் காப்பாத்திடலாமா?"

"கண்டுபிடிச்சிட்டேன். ஆனா அந்தப் பொண்ணக் காப்பாத்த முடியுமான்னு தெரியல..."

"என்ன சார் சொல்றீங்க?"

"உங்க நாவல்ல நீங்க எழுதியிருக்கறதப் படிக்கறன் கேளுங்க..." என்று சொல்லுவிட்டு புத்தகத்தில் தான் குறித்து வைத்திருந்த ஒரு பக்கத்தை எடுத்து ஆந்தை வாசிக்க ஆரம்பித்தார்.

'அந்தத் தெருவில் எந்த விளக்கும் எரியவில்லை. சில வீடுகளிலிருந்து கொஞ்சம் வெளிச்சம் வந்துகொண்டிருந்தது. கட்டெரும்பு மெல்ல நடந்து வந்துகொண்டிருந்தார். அப்போது மறைவிலிருந்து ஒரு உருவம் மெல்ல வெளிப்பட்டு சத்தமெழுப்பாமல் அவரைப் பின்தொடர்ந்தது. எந்த வெளிச்சமும் இல்லாத இடத்தில் பின்னால் வந்துகொண்டிருந்த உருவம் மெல்ல கட்டெரும்பின் தோளைத் தொட அவர் திரும்பினார். பின்னாலிருந்த உருவத்தைப் பார்த்ததும் மெல்லப் புன்னகைத்து 'டேய் கோழி' என்றார். அடுத்த விநாடி கட்டெரும்பின் வயிற்றில் தன் கையிலிருந்த கத்தியால் கோழி ஒரே குத்து குத்தினான். கத்தி ஆழமாக இறங்கியது. வந்த

வேலை முடிந்த திருப்தியில் கோழி மெல்ல மூச்சுவிட தூரத்தில் யாரோ நிற்பது போல் இருந்தது."

படிப்பதை நிறுத்திவிட்டு அரிசங்கரை நிமிர்ந்து பார்த்தார் ஆந்தை. அரிசங்கர் எதுவும் புரியாமல் அவரைப் பார்க்க, "பிரச்சனையே இந்தக் கடைசி வரியில தான்" என்றார்.

"என்ன பிரச்சனை சார்..." என்று தயங்கியவாறே கேட்டார் அரிசங்கர்.

"அவன் கொலை செய்யறத யாரோ பாத்துடறாங்கன்னு எழுதியிருக்கீங்க... அப்படி ஒருத்தன் பாத்தா கொலை செஞ்சவன் சும்மா இருப்பானா, சொல்லுங்க...?"

அரிசங்கர் அமைதியாக இருந்தார்.

"ஆனா அந்த இருட்டுல நின்னு கொலையப் பாத்தது யாருன்னு கண்டுபிடிச்சிட்டேன்."

"அப்படியா... யாரு சார் அது?"

ஆந்தை மீண்டும் குறித்துவைத்திருந்த வேறு ஒரு பக்கத்தை எடுத்து வாசிக்க ஆரம்பித்தார்.

'கட்டெரும்பு வழக்கமாக வேலையை விட்டு அந்தத் தெரு வழியாகத்தான் வீட்டிற்குப் போவார். அது அவரைத் தெரிந்த அனைவருக்கும் தெரியும். அவருக்கு அந்தத் தெருவில் ஒரு நண்பர் இருந்தார். அவர் பெயர் ஊடுகொள்ளுத்தி. பெரும்பாலான நேரத்தில் கட்டெரும்பு அவர் வீட்டைக் கடக்கும் போது அவர் வாசலில் நின்றிருப்பார். நடந்துகொண்டே சில வார்த்தைகளை ஊடுகொளுத்தியிடம் பேசிவிட்டுச் செல்வார்' என்று முடித்துவிட்டு அரிசங்கரைப் பார்த்தார்.

அப்போது ஆந்தையின் செல்போன் அடிக்க எடுத்துப் பார்த்தார். தெரியாத எண்ணிலிருந்து அழைப்பு வந்திருந்தது. தயக்கத்துடன் எடுத்து "ஹலோ" என்றார்.

"ஆந்தையா?"

"ஆமா சார்..."

"சார் இந்த மாச வாடகையும் இன்னும் வரல சார்."

“சாரி சார்... ராங் நம்பர்...” என்று போனை அணைத்துவிட்டு அரிசங்கரைப் பார்த்தார்.

அரிசங்கர் அமைதியாக இருக்க, ஆந்தை தொடர்ந்தார்.

“ஸோ... கேஸ் க்ளோஸ்டு.”

பெருமூச்சொன்றை விட்ட அரிசங்கர், “ரொம்ப தாங்ஸ் சார். அந்தப் பொண்ண காப்பாத்திடலாம்னு நெனச்சேன். ம்.. அவ தலையெழுத்து. உங்க பீஸ்...?”

“பீஸ் இருக்கட்டும் விடுங்க... இனிமே தான் முக்கியமான சில விஷயங்களை உங்க கிட்ட பேசணும்.”

“சொல்லுங்க சார்.”

“கட்டெறும்ப வேணா கோழி கொன்னுருக்கலாம். ஆனா சாட்சி செத்ததுக்கும் அந்தப் பொண்ணு தவறுதலா கைதாகி தண்டனை அனுபவிக்கறதுக்கும் நீங்க தான் காரணம். அதாவது உங்க அலட்சியம்... கதாப்பாத்திரத்தையும் கதையையும் நீங்க சரியா நகர்த்தாததுனாலதான் இன்னிக்கு ரெண்டு அப்பாவி ஜீவன்கள் பாதிக்கப்பட்டிருக்காங்க... அதனால நீங்களும் குற்றவாளிதான்.”

அரிசங்கர், ஆந்தையை குழப்பத்துடன் பார்த்துக்கொண்டிருந்தார்.

“அதனால உங்கள கைது செய்ய போலிஸ் வந்துகிட்டு இருக்காங்க. நான் காலையிலயே தகவல் சொல்லிட்டேன். ஏன் இன்னும் வரலன்னு தெரில?”

“நான் தான் சொன்னனே வர வழியில போராட்டம் நடக்குதுன்னு.”

“ஓகோ... இன்னொரு முக்கியமான விஷயத்தையும் நான் கண்டுபிடிச்சிருக்கேன். நீங்க அந்தப் பொண்ண வர்ணிச்சிருக்கறதப் பார்த்தா உங்களுக்கு அந்தப் பொண்ணு மேல தவறான எண்ணம் இருந்திருக்கு...”

அரிசங்கர் அமைதியாக இருந்தார்.

“நீங்க அந்தப் பொண்ண லவ் பண்ணீங்களா?”

“தெரில சார்...”

"சரி... போலிஸ் வரவரைக்கும் வெயிட் பண்ணுங்க. அப்பறம் இன்னொரு முக்கியமான விஷயம்... உங்க நாவல்ல ஏகப்பட்ட எழுத்துப் பிழைகள் இருந்தது."

"சரி பண்ணிடறன் சார்..."

"சரி நான் ரெண்டு டீ சொல்றன்... அதுவரைக்கும் அந்தப் பொண்ண நீங்க முதல் முதல்ல எங்க பாத்தீங்கன்னு சொல்லுங்க. நீங்க அந்தப் பொண்ண நிச்சயம் லவ் பண்ணியிருக்கீங்க..."

அரிசங்கர் லேசாக வெட்கப்பட்டார். பின்பு அந்தப் பெண்ணைப் பற்றிச் சொல்ல ஆரம்பித்தார்.

"அது ஒரு அழகான மாலைப் பொழுது சார்...."

◆ ◆ ◆

குற்றத்தின் கண்கள்

மகாலிங்கமும் அவர் உதவியாளரும் காரில் போய்கொண்டிருந்தனர். பிரச்சனைக்குரிய ஒரு இடம் விலைக்கு வருகிறது என்ற தகவல் அவர் காதுகளுக்கு கிடைத்ததுமே அவர் உடலில் உள்ள அனைத்து அணுக்களுமே பரபரப்பாக இயங்கத் தொடங்கின. முடிந்த அளவிற்கு தகவலை ரகசியமாக வைத்திருக்க முயற்சி செய்தார். ஆனால், தகவல்களை ரகசியமாக வைத்திருப்பது எப்போதுமே முடியாத ஒன்றாகவே இருக்கிறது. அதுவும் இதுபோன்ற ஒரு தொழிலில் அது நிச்சயம் சாத்தியமற்றது. மகாலிங்கத்தின் செல்வாக்கும் அவரின் பணபலமும் தகவல் தெரிந்தாலும் அதை நெருங்க மற்றவர்களை யோசிக்க வைத்தது. அதையும் மீறி சிலர் முயற்சிப்பார்கள் என்றும் அவருக்கு தெரியும்.

அவர்கள் இடத்திற்கு போய் சேர்ந்ததும் வேகமாக ஓடிவந்து ஒருவர் காரின் கதவைத் திறந்துவிட்டார். அவர்தான் மகாலிங்கத்திற்கு இந்த இடத்தைப் பற்றிய தகவலைச் சொன்னவர். காரை விட்டு இறங்கியதுமே மகாலிங்கம் அவரிடம் ரகசியமாக "என்னய்யா பிரச்சனை" என்றார்.

"இடத்த வித்துட்டு ரெண்டு புள்ளைங்களும் பிரிச்சிக்களாமுன்னு இருக்கானுங்க. அப்பன், நான் இருக்கற வரைக்கும் விக்கக்கூடாதுன்னு குதிக்கறான்."

"பேசிப்பாத்தியா?"

"என்னப் பாத்தாலே அடிக்கவரான்."

"எங்க இருக்கானுங்க?"

"அதோ அந்த வீடு தான்."

மகாலிங்கம் வீட்டைப் பார்த்தார். பின் சுற்றி ஒருமுறை பார்த்தார். நல்ல இடம். கிடைத்தால் பெரிய லாபம் கிடைக்குமென்று அவர் மனம் கணக்குப் போட்டது. மெல்ல வீட்டை நெருங்கினார்கள். மகன்கள் இருவரும் வாசலில் நின்றிருந்தனர். மகாலிங்கத்திற்கு வணக்கம் வைத்தனர். அவரும் பதிலுக்கு அலட்சியமாக ஒரு வணக்கம் வைத்தார். கூட இருந்தவர் "எங்க" என்றனர்.

"காலையிலயே பிரச்சனை. உள்ளப் போயி கதவ சாத்திகினாரு" என்றான் ஒரு மகன்.

"போயி கூப்பிடுங்க" என்றார் மகாலிங்கம்.

இரண்டு மகன்களும் தயங்கியவாறே உள்ளே சென்றனர்.

மகாலிங்கம் அருகிலிருந்த கிணற்றை எட்டிப் பார்த்தார். உள்ளே சுத்தமாக தண்ணீர் இல்லாமல் வரண்டு இருந்தது.

உள்ளேயிருந்து அவர்கள் "அப்பா அப்பா" என்று கூப்பிடும் குரலும் தொடர்ந்து கதவு இடிபடும் சத்தமும் கேட்டது. பின் 'அய்யய்யோ' என்ற அலறல் சத்தம் கேட்க மகாலிங்கமும் அவர் உதவியாளரும் ஒருவரை ஒருவர் பார்த்துவிட்டு வேகமாக உள்ளே ஓடினர். கதவு உடைக்கப்பட்டு வீட்டிலிருந்த அனைவரும் அதிர்ச்சியில் நின்றுகொண்டிருந்தனர். பெண்களின் குரல் மீண்டும் ஓலமாக கேட்க ஆரம்பித்தது. மகாலிங்கமும் அதிர்ச்சியாக உள்ளே பார்த்தார். உள்ளே அறுபது வயது மதிக்கத்தக்க ஒரு மனிதர் மேலாடை எதுவுமில்லாமல் வெறும் வேட்டிமட்டும் கட்டிக்கொண்டு, அது அவிழ்ந்து விழும் நிலையில் தூக்கில் தொங்கிக்கொண்டிருந்தார். அவர் உடல் லேசாக ஆடிக்கொண்டிருந்தது. அதன் கண்கள் மூடாமல் திறந்துகொண்டிருந்தன. தூக்கில் தொங்கினால் கண்கள் திறந்தா இருக்குமென்று அவர் தனக்குள் கேட்டுக்கொண்டார். அந்தக் கண்கள் மகாலிங்கத்தையே பார்த்துக்கொண்டிருந்தன. அவரும் அதையே பார்த்துக்கொண்டிருந்தார். முதல் முறையாக அவருக்குள் ஏதோ ஒன்று செய்தது. அதை அவரால் என்னவென்று சரியாகப் புரிந்துகொள்ள முடியவில்லை.

***

சில நாட்களாக மகாலிங்கத்திற்கு தன்னை யாரோ பின்தொடர்வது போல் தோன்றிக்கொண்டிருந்தாலும் அன்று தான் அவர் அதை கவனித்தார். அன்று காலை முதலே உற்சாகமாகக் காணப்பட்டார். நீண்ட நாட்களாக இழுபறியில் இருந்த ஒரு இடம் முடிவதற்கான அறிகுறிகள் தெரிந்தது. முடிந்தால் நல்ல கமிஷனும் மேலும் சில செல்வாக்கான நண்பர்களும் கிடைக்கப்பெறுவார். மகாலிங்கம் சாதாரண கல்யாண புரோக்கராகவே தன் வாழ்க்கையைத் தொடங்கினார். அதுவும் ஒரு விபத்தாக நிகழ்ந்தது. அவருடைய இருபத்தி மூன்றாவது வயதில் கிரிக்கெட் விளையாடிக்கொண்டிருந்த போது அவர்கள் அணியில் யார் மூலமாகவோ விளையாட வந்த நாற்பத்தி மூன்று வயதுடைய ராமமூர்த்தி என்பவருடன் ஏற்பட்ட நட்பின் மூலமாக அவருக்கு சிற்சில உதவிகள் செய்ததன் மூலமாக நெருக்கமாகி ஒரு சந்தர்பத்தில் அவருக்கு உதவியாளராகி பின்பு அவருக்கு உடல்நிலை சரியில்லாத ஒரு சந்தர்பத்தில் முழு கல்யாண புரோக்கராக பரிணமித்தார். அவர் செய்து வைத்த சில திருமணங்கள் பிரச்சனையாக ஆனபோது அவர் அதைத் திறமையாக சமாளித்தார் எனவும் அதேநேரம் அந்த பிரச்சனையை அவரே திட்டமிட்டு உருவாக்கினார் என்றும் ஊரில் பேசிக்கொண்டனர். அதாவது, உண்மையாக குடும்பம் போல் ஒன்றை உருவாக்கி அந்தக் குடும்பத்தைச் சேர்ந்த பெண்ணை ஒரு பணக்காரக் குடும்பத்தில் நுழைத்து பின் அந்தப் பெண்ணைப் பற்றிய உண்மைகள் தெரிந்ததும் பஞ்சாயத்து செய்து ஒரு பெரும் தொகையைப் பெற்று பிரச்சனையை பைசல் செய்ததாகவும் பின் அவரே அந்த வீட்டுப் பையனுக்கு வேறு நல்ல பெண் பார்த்து திருமணம் செய்து வைப்பதாக உறுதியளித்ததாகவும், அவர்கள் அதை மறுத்துவிட்டு வேறு பெண்ணை அந்த பையனுக்குப் பார்த்ததாகவும் ஆனால் அந்தப் பையன் தற்கொலை செய்துகொண்டதாவும் ஊருக்குள் ஒரு கதை உலாவுகிறது. உண்மையில் மகாலிங்கத்தைப் பற்றி இந்தத் தொழிலில் பல கதைகள் சுற்றிவருகின்றன. பெரும்பாலும் மகாலிங்கத்தின் உண்மைத் தன்மையை கேள்விக்குட்படுத்தும் கதைகள். ஆனாலும் அவர் தொடர்ந்து தன் தொழிலில் வளர்ந்து வந்தார். அவருடன் தொழிலில் ஈடுபட்டவர்கள் யாரும் நல்லவர்கள் என்று பெயரெடுத்தவர்கள் இல்லையென்றும் புதிதாக வந்தவர்கள் யாருமே நன்றாக வாழ்ந்தார்கள் என்றும் சொல்வதற்கில்லை.

மகாலிங்கம் தன் அலுவலக இருக்கையிலிருந்து கண்ணாடி வழியாக மெல்ல நோட்டமிட ஆரம்பித்தார். அவர் கண்கள் மிகமெல்ல அவர் அலுவலகத்திற்கு வெளியே இருக்கும் ஒவ்வொரு முகங்களாக ஆராய்ந்தன. அவருக்குச் சந்தேகமாக இருக்கும் நபர்களின் மீது மட்டும் அவை கொஞ்சம் நேரம் நிலைத்து நின்று அவர்களின் மொத்த உருவத்தையும் ஆராய்ந்து அது ஏற்கனவே தன் நினைவுகளில் பதிவாகிய முகமா என அலசி ஆராய்ந்து இல்லை என்று நிச்சயமான பின்பே அவை அடுத்த ஆளை நோக்கி நகர்ந்தன. இதற்கு இடைப்பட்ட நேரத்தில் சிலர் வந்து போனார்கள். ஆனால், அங்கேயே நின்றுகொண்டிருந்தவர்களை மட்டுமே மகாலிங்கம் கணக்கில் எடுத்துக்கொண்டார். உள்ளேயிருந்து அவர் பார்ப்பது வெளியே தெரியாது என்பதால் அவர் தைரியமாக ஆராய்ந்து கொண்டிருந்தார். அவருடன் பேசுவதற்கும் சந்தேகம் கேட்கவும் வந்த சில வேலையாட்களிடம், 'கொஞ்சம் நேரம் கழித்து வரும்படி' சொன்னார். மிகுந்த குளிராக இருந்த அந்த அறையில் தனக்கு லேசாக வேர்த்துக்கொண்டிருப்பதை அவர் உணர்ந்த நொடி தன் தேடலை நிறுத்திவிட்டு பெருமூச்சொன்றை விட்டார். மெல்ல எழுந்து தன் அறையை விட்டு வெளியே வந்து சுற்றிப்பார்த்தார். கொஞ்சம் பெரிய அலுவலகம். சில அடுக்குகளாக பிரிக்கப்பட்டு, திருமணம், நிலம் என இருபிரிவுகளாகவும் இருபிரிவுகளிலும் பத்துக்கும் மேற்பட்டவர்கள் பரபரப்பாக இருந்தனர். முக்கியமாக நிலம் சார்ந்த பிரிவில் பரபரப்புச் சற்று அதிகமாகவே காணப்பட்டது.

மகாலிங்கம் வெள்ளை பேண்ட் மற்றும் வெள்ளைச் சட்டை அணிந்திருந்தார். அவர் நிலங்களை கைமாற்றிவிட ஆரம்பித்தவுடன் வெறும் வெள்ளைச் சட்டை மட்டுமே அணிவது என்று முடிவெடுத்தார். அதன்பிறகு அலுவலகம் ஆரம்பித்து வளர ஆரம்பித்ததும் வெள்ளை உடை மட்டுமே அணிகிறார். ஐம்பத்தி இரண்டு வயதான மகாலிங்கம் தன் நரை முடிகளில் கவனம் செலுத்தவில்லை. அது தன் தொழிலுக்கு ஒரு பெரிய மனித அடையாளம் தருவதாக நம்பினார். கழுத்திலும் கைகளிலும் தங்கத்தின் ஆதிக்கம் தெரிந்தது. கம்பீரத்துடன் நிமிர்ந்து தன் அலுவலகத்தைப் பார்த்துக்கொண்டிருந்த அவரின் கண்கள் திடீரெனச் சுருங்கின. தூரத்தில் ஏதோவொன்று சுவரை ஒட்டி இருப்பதுபோல் தோன்ற வேகமாக அதை நோக்கி ஓடினார். தன் முதலாளி எதற்காகவோ ஓடுவதைக் கண்ட

ஊழியர்கள் செய்துகொண்டிருந்த வேலையை விட்டுவிட்டு அவர் பின்னாலேயே ஓடினர். வேகமாகச் சென்ற அவர் சுற்றும் முற்றும் பார்த்தார். எதுவும் இல்லை. ஊழியர்களும் எதைத் தேடுகிறோம் என்று தெரியாமலேயே தேடிக்கொண்டிருந்தனர். அவரிடம் கேட்கவும் அச்சப்பட்டனர். அவர் ஊழியர்கள் தன் பின்னால் நின்றுகொண்டிருப்பதையே அறியாமல் எதையோ யோசித்துக்கொண்டே வெளியேறினார்.

மறுநாள் முதல் வேலையாக தன் அலுவலகம் மற்றும் வீடுகளில் சிசிடிவி கேமராக்களை பொருத்த முடிவு செய்து அதற்கான ஏற்பாடுகளைச் செய்தார். ஆட்கள் உடனடியாக வேலையைத் தொடங்கினர். தான் எதற்காகவோ வேவுபார்க்கப்படுகிறோம். தன்னை அழிக்கும் அளவிற்கு தைரியமுள்ள ஒரு எதிரி உருவாகிவிட்டான் என அவர் நம்பத் தொடங்கினார். முக்கியமாக அலுவலகத்தில் அவர் கண்கள் கோப்புகளில் இருப்பதை விட சுற்றி இருந்தவர்களின் மேல் தான் இருந்தது. கேமராவில் விழும் காட்சிகளை இமைக்காமல் பார்த்துக்கொண்டிருந்தார். அலுவலகம் முழுவதுமே பதற்றத்திற்குள்ளாக ஆரம்பித்தது.

இரண்டு நாட்கள் கழித்து ஒரு மதியத்தில் மகாலிங்கம் தன் அலுவலகத்தில் உட்கார்ந்து சிலரிடம் பேசிக்கொண்டிருந்தபோது வெளியே ஏதோ கூச்சல் கேட்க ஆரம்பித்தது. அதன் சத்தம் அதிகரிக்க இவர் வெளியே செல்ல எழுந்தபோது, வேகமாக உள்ளே வந்த அவர் அலுவலகப் பணியாள், "சார், போவாதீங்க சார்" என்றான்.

"ஏன்? என்ன பிரச்சன?"

"போன மாசம் ஒரு லேண்ட் முடிச்சோம்ல சார், கெழவரோடது..."

"ஆமா..."

"அவரு பசங்க வந்து பிரச்சன பண்றானுங்க. அவனுங்க கையெழுத்து இல்லாம வித்தது செல்லாதுன்னு."

"பைத்தியமா அவனுங்க, அது அந்தாளு சொந்தமா வாங்கனது வித்தான் போனான். இவனுங்களுக்கு என்ன."

"எதாவது காசு புடுங்கப் பாப்பானுங்க சார்."

"இரு நான் வரேன்" என்று மகாலிங்கம் வெளியே சென்றார். அங்கே இரண்டு இளைஞர்கள் தங்கள் மனைவி மற்றும் குழந்தைகளுடன் வந்து பிரச்சனை செய்துகொண்டிருந்தனர். மகாலிங்கத்தைப் பார்த்ததும் அவர்களின் சத்தம் அதிகரித்தது.

"என்னப்பா... என்ன பிரச்சன?"

"நீதான எங்கப்பன ஏமாத்தி நெலத்த வாங்கனவன்" என்று கோவமாக கேட்டான் ஒருவன். இதைக்கேட்டதும் மகாலிங்கத்திற்கு கோவம் தலைக்கேறியது. அவன் ஏமாற்றியவன் என்று சொன்னதுக்கூட அவருக்கு கோவமில்லை. அவர் தொடர்ந்து அதைத்தான் செய்துகொண்டிருந்தார். ஆனால் அவன் அவரை நீ என்று சொன்னதைத் தான் அவரால் தாங்கமுடியவில்லை. சாந்தமாக வாலாட்டிப்பார்க்கலாம் என்று வெளியே வந்தவர் சட்டென வெறிபிடித்த நாயாக மாறினார். "டேய் பொறம்போக்கு, உங்கொப்பன் என்ன கொழந்தயா இன்னா. இல்ல அவன் நெலத்த விக்க வரும்போது நீங்க எங்க மேஞ்சின்னு இருந்தீங்க. மரியாதையா ஓடுடுங்க. இல்ல குடும்பத்தோட காலி பண்ணிடுவேன்" என்று அவர் சொன்ன நொடி அந்த இடமே அமைதியானது. அதற்குள் விஷயம் கேள்விப்பட்டு இரண்டு காவலர்கள் அங்கு வந்திருந்தனர். வந்தவர்கள் நேராக மகாலிங்கத்திடம் வந்து ஒரு வணக்கம் வைத்தனர். இதன் பிறகு அவர்கள் பார்த்துக்கொள்வார்கள் என சற்று அமைதியடைந்த மகாலிங்கம் அப்போது தான் அதை நன்றாகக் கவனித்தார். கூட்டத்தில் இரண்டு கண்கள் அவரை உற்றுப் பார்த்துக்கொண்டிருந்தன. கண்கள் என்றால் வெறும் கண்கள்தான். அதைச் சுற்றி மூக்கு, வாய், முகம், உடல் என எதுவும் இல்லை. ஒரு ஜோடிக் கண்கள். சாதாரணமாக மனிதனின் உயரத்தில் எங்கே இருக்குமோ அதே இடத்தில் அந்தரத்தில் மிதந்துகொண்டிருந்தன. அதன் பார்வை மகாலிங்கத்தை விட்டு அகலவேயில்லை. சட்டென தலையை உலுக்கிவிட்டுப் பார்த்தார். அந்தக் கண்கள் அங்கே இல்லை. வேகமாக உள்ளே சென்று சற்றுமுன் நடந்த அனைத்து சம்பவங்களையும் மறுபடியும் சிசிடிவி திரையில் பார்த்தார். அந்தக் கண்கள் அதில் தெரியவேயில்லை. நன்றாக மீண்டும் மீண்டும் பார்த்தார். அப்படி அந்த இடத்தில் எதுவும் இருந்ததற்கான அறிகுறிகளே இல்லை. மகாலிங்கம் சோர்ந்து நாற்காலியில் நன்றாகச் சாய்ந்து உட்கார்ந்துகொண்டார். அன்று தனது அலுவலகத்தில் ஏதோ ஒன்றைப் பார்த்துவிட்டு வேகமாகச் சென்று தேடியது எதை என்பது அவருக்குப் புலப்படத்

தொடங்கியது. அதுவும் நிச்சயம் கண்களாகத்தான் இருக்கும் என்று நம்பினார். தனக்கு யாராவது ஏதாவது செய்துவிட்டார்களா அல்லது தனது மனநலம் பாதிக்கப்பட்டுவிட்டதா என்று அவர் குழம்பினார். அவர் மனம் இரண்டாவதை ஏற்க மறுத்தது. முதலாவது காரணத்தையே நம்பியது.

மகாலிங்கம் தனது அலுவலகம் மற்றும் வீடுகளில் சிறப்பு பூஜைகளுக்கு ஏற்பாடு செய்தார். ஆனால், யாரிடமும் எந்தக் காரணமும் சொல்லவில்லை. சுற்றி இருந்தவர்கள் ஆளுக்கொரு காரணங்களை ஊகித்துக்கொண்டனர். மகாலிங்கம் தொடர்ந்து பதற்றத்தில் இருப்பதையும் அவர்கள் கவனித்தவாறே இருந்தனர். அவரின் தொழில் போட்டியாளர்களுக்கு இந்த விஷயம் காதில் விழ, அவர்களும் தங்களுக்கு ஏற்றக் கதைகளைப் பரப்பத் தொடங்கினர்.

பூஜைகள் சிறப்பாக நடந்தன. பூஜைகளுக்குப் பிறகு அவர் சில கோவில்களுக்குச் சென்று வரும்படி கேட்டுக்கொள்ளப்பட்டார். மகாலிங்கமும் அதன்படி ஒரு மாதத்திற்கு குடும்பத்துடன் கோவில் கோவிலாகச் சுற்றினார். இனி எதுவும் நிகழாது என்று நம்பத் தொடங்கியிருந்த ஒருநாள் காலை அவர் அலுவலக அறையில் அவர் மேஜையின் மீதிருந்த ஒரு கோப்பின் மீது ஒருஜோடி கண்கள் ரத்தம் சொட்டச் சொட்டக் கிடந்தன. கதவைத் திறந்தவர் பதறியடித்துக்கொண்டு வெளியே வந்து விழுந்தார். அலுவலகத்தில் இருந்தவர்கள் பதற்றமாக ஓடிவந்து அவரை தூக்கிவிட்டார்கள். வார்த்தைகள் எழாமல் மேஜையையே காட்டினார். ஆனால், அங்கு கோப்புகளைத் தவிர எதுவுமில்லாததால் மற்றவர்கள் குழம்பினர். அவருக்கு தண்ணீர் கொடுத்து அறையில் உட்கார வைத்துவிட்டு சென்றனர். அவர் மெல்ல மெல்ல இயல்பு நிலைக்கு வந்தார். சிறிது நேரம் கழித்து கதவைத் தட்டிவிட்டு அவர் உதவியாளர் ஒருவர் உள்ளே வந்து தயங்கியபடியே “சார்” என்றார்.

மகாலிங்கம் அவரைப் பார்க்காமலேயே “ம்” என்றார்.

“அந்த அஞ்சி கிரௌண்ட் லேண்ட் ஒன்னு பேசிட்டு இருந்தோமே...”

“ஆமா, என்ன ஓகே சொல்லிட்டானா? அவனுக்கு வேற வழியே இல்ல. நம்பகிட்டதான் வந்தாகனும்.”

“இல்ல சார், நேத்து நைட் அவர் தூக்கு மாட்டிக்கிட்டாராம்.”

மகாலிங்கம் அதிர்ச்சியாக அவரைப் பார்த்து "என்னயா சொல்ற" என்றார்.

"ஆமா சார். விஷயம் பெருசாயிடும் போல, கொஞ்ச நாள் அமைதியா இருப்போம். இப்போதைக்கு கடன் பிரச்சனைன்னு விசாரணை போகுது. அது நம்பபக்கம் திரும்பாம இருக்கனும்."

"நம்ம பக்கம் ஏன் திரும்புது?"

"நம்ப குடுத்த ப்ரெஷர்னு கூட பேசிக்கறாங்க சார்."

மகாலிங்கம் சிறிது நேரம் அமைதியாக யோசித்தார். பிறகு "அந்தாளோட டாக்குமெண்ட்ஸ் எதுவும் இங்க இருக்க வேண்டாம்" என்றார்.

"சார், அது உங்க டேபிள்லதான் இருக்கு" என்று உதவியாளர் கையைக் காட்ட மகாலிங்கம் அப்போதுதான் கவனித்தார். சிறிது நேரத்திற்கு முன் அந்தக் கோப்பின் மீது தான் கண்கள் இருந்தன.

மகாலிங்கம் மிகவும் சோர்ந்துபோயிருந்தார். தனக்கு யாரோ செய்வினை செய்துவிட்டார்கள் என நம்பினார். ஆனால், அதற்காக அவர் செய்துகொண்டிருந்த எந்த வேலைகளையும் நிறுத்தவில்லை. தினம் தினம் அவருக்கு கண்கள் தெரிவது அதிகரித்துக்கொண்டேயிருந்தன. அவரும் மெல்ல அதற்கு பழகத் தொடங்கிவிட்டார். முன்பு போல் பதற்றமடையவில்லை. ஆனால் விழித்திருக்கும் ஒவ்வொரு நொடியும் பயந்துகொண்டேயிருந்தார்.

இப்போது கண்களிலிருந்து கண்ணீர் வரத் தொடங்கியிருந்தது. அவர் பார்க்கும் போதெல்லாம் அந்தக் கண்கள் அழுதுகொண்டிருந்தன. யாராவது உள்ளே வரும்போது அந்தக் கண்கள் மறைந்தாலும் அவை சிந்திய கண்ணீர் மட்டும் அங்கேயே இருந்தது. பிறகு யாரையாவது கூப்பிட்டு துடைக்கச் சொல்வார். நான் தான் தெரியாமல் தண்ணீரைக் கொட்டிவிட்டேன் என்பார். ஆனால், அது அடிக்கடி நடக்கும்போது அலுவலகத்தில் அதைப் பற்றிய பேச்சுகள் எழத்தான் செய்தன.

மகாலிங்கம் தன் உதவியாளரை அழைத்தார்.

"சார்..."

"அந்தப் பசங்க பேசுனானுங்க. அவங்க அப்பா செத்துட்டாருல்ல, இனிமே பிரச்சனையில்லையாம். அவங்க அம்மா கையெழுத்துப்

போட ஒத்துகிச்சாம். நான் அந்த எடத்தப் பாத்துட்டு அப்படியே வீட்டுக்குப் போறேன். எதாவது முக்கியமான விஷயமா இருந்தா மட்டும் போன் பண்ணு."

"சரிங்க சார்."

மகாலிங்கம் வேலைகளை முடித்துக்கொண்டு வீட்டிற்கு வந்தார். வீட்டில் யாருமில்லை. மனைவியும் பிள்ளைகளும் வெளியூர் சென்றிருந்தனர்.

சோர்வாக கட்டிலில் வந்து படுத்து கண்களை மூடிக்கொண்டார். சிறிது நேரத்திற்கு பிறகு அறைக்குள் ஏதோ ஒரு வாசனை வந்தது. மேலும் நன்றாக குளிரெடுத்தது. ஏசியை குறைக்கலாமென்று தோன்றியபோது தான் அவருக்கு நினைவு வந்தது தான் ஏசியே போடவில்லையென. கண்களைத் திறக்க முடியாமல் திறந்தார். ஒரு நொடி அவர் மூச்சே நின்றுவிடும் போல் இருந்தது. அவரைச் சுற்றிப் பல ஜோடிக் கண்கள் மிதந்துகொண்டிருந்தன. அந்தக் கண்களிலிருந்து கண்ணீர் அருவி மாதிரி கொட்டிக்கொண்டிருந்தது. மகாலிங்கம் கத்த நினைத்தார். குரல் எழவில்லை. அந்த அறை கண்ணீரால் நிரம்பிக்கொண்டிருந்தது. அவரால் அசைய முடியவில்லை. மெல்ல மூழ்கிக்கொண்டிருந்தார். அவர் முழுவதும் மூழ்கும் வரை அவரின் கண்கள் சுற்றியிருந்த ஒவ்வொரு கண்களையும் பார்த்து இறைஞ்சிக் கொண்டிருந்தன. அவர் முழுவதும் மூழ்கியதும் அந்தக் கண்களும் அதே நீரில் விழுந்து கரைந்தன.

மறுநாள் காவல்துறையினர் மகாலிங்கத்தின் உதவியாளரிடம் விசாரித்துக்கொண்டிருந்தனர்.

"அவர் எப்போ ஆபிஸ்லருந்து கிளம்பினார்."

"நேத்து சாயங்காலம் ஒரு அஞ்சி மணி இருக்கும் சார். இந்த பிராப்பர்டிய பாத்துட்டு வீட்டுக்குப் போறன்னு சொல்லிட்டு போனார்."

"அதுக்கப்பறம் நீங்க அவருக்கு எதுவும் போன் பண்ணலயா?"

"இல்ல சார்."

தூரத்திலிருந்து ஒரு கான்ஸ்டபிள் வந்து "சார் பாடிய எடுத்துடலாமா" என்றார். விசாரித்துக்கொண்டிருந்த இன்ஸ்பெக்டர் 'சரி'யென

தலையாட்ட கிணற்றுக்குள் மிதந்து கொண்டிருந்த மகாலிங்கத்தின் பிணத்தை எடுக்கும் வேலைகள் ஆரம்பித்தன. இன்ஸ்பெக்டர் மீண்டும் கேள்விகள் கேட்க ஆரம்பித்தார்.

“அவருக்கு எதிரிங்க...?”

“அது நிறையப் பேர் இருக்காங்க சார்.”

“கொலைப் பண்ற அளவுக்கு...?”

“அதுவும் தான் சார்.”

“ம்...”

“சார் ஒரு விஷயம்...”

“சொல்லுங்க.”

“போன வாரம் இந்த இடத்தப் பாக்க நானும் அவர்கூட வந்திருந்தேன் சார்.”

“செரி.”

“அப்போ இந்தக் கெணத்துல ஒரு சொட்டுக்கூட தண்ணி இல்லாம வெறும் பாறைங்கதான் இருந்துச்சி. அதுக்குள்ள எப்படி சார் இவ்ளோ தண்ணி வந்திருக்கும்.”

இருவரும் குழப்பமாக கிணற்றைப் பார்த்தனர். கயிற்றில் கட்டப்பட்டு மகாலிங்கம் மெல்ல மெல்ல மேலே ஏற்றப்பட்டுக் கொண்டிருந்தார். அவர் குற்றத்தின் பாரங்களையும் சேர்த்து அவர்கள் இழுக்க முடியாமல் இழுத்துக்கொண்டிருந்தனர்.

◆ ◆ ◆

மாற்றப்பட்ட விதைகள் கொண்ட மனிதன்

கண் விழித்தபோது எனக்கு எதிரே சுவரோடு இணைக்கப்பட்டிருந்த திரையில் "மிக அவசரம் உடனே அழைக்கவும்" என்ற செய்தி விட்டு விட்டுத் தெரிந்துகொண்டிருந்தது. மெல்ல எழுந்து உட்கார்ந்தேன். திரையில் செய்தியை அனுப்பியது யார் என்று உற்றுப் பார்த்தேன். அந்தப் பெயரைப் பார்த்ததும் 'எவ்வளவு அவசரமாக இருந்தாலும் பொறுமையாக அழைத்துக்கொள்ளலாம் என்று முடிவுசெய்து, திரையை தொலைக்காட்சி பயன்பாட்டிற்கு மாற்றி செய்திச் சேனலை இயக்கினேன். ஒரு இயந்திரம் அழகான இளம்பெண்ணைப் போல செய்தியை வாசித்துக்கொண்டிருந்தது. 'மகாபாரதம் என்ற கதையை முதலில் எழுதியது ஜெயமோகன் தான் என்றும் அதிலிருந்தே பலர் எடுத்து எழுதியதாக பேராசிரியர் ஒருவர் கண்டுபிடித்துள்ளதாகவும்' அந்தச் செய்தி தெரிவித்துக்கொண்டிருந்தது. நான் திரையை கணினி பயன்பாட்டிற்கு மாற்றி "ஜெயமோகன்" என்று தெளிவாகச் சொன்னேன். அவர் சில நூற்றாண்டுகளுக்கு முன்பு வாழ்ந்த எழுத்தாளர் என்று திரை காட்டியது. அதை அப்படியே விட்டுவிட்டு மெதுவாக எழுந்து மிக மெதுவாக எனது கைப்பேசியை எடுத்து மிக அவசரம் என்று சொன்ன நபருக்கு அழைத்தேன்.

அழைப்பை எடுத்ததும் அந்த நபர் கத்த ஆரம்பித்தார்.

"உனக்கு அறிவுன்னு எதாவது இருக்கா? எத்தனவாட்டி உனக்கு கால் பண்றது. மெஸேஜ் பண்றது..."

“சாரி சார்... தூங்கிட்டேன்.”

“இனிமே நீ தூங்கிட்டே இருக்க வேண்டியது தான். உன்ன டெர்மினேட் பண்ணிடலாம்ன்னு இருக்காங்க.”

இது இப்படித்தான் முடியும் என்று முன்னரே கணித்திருந்தேன். நான் பதிலேதும் சொல்லவில்லை. அவரே தொடர்ந்தார்.

“உனக்கு முப்பது நாள் டைம்... அதுக்குள்ள நீயே வேற வேலை பாத்துக்கோ” என்று போனை அணைத்தார்.

எனக்கு என்ன செய்வதென்று தெரியவில்லை. இன்னும் முப்பது நாள் இருக்கிறது என்று மகிழவா அல்லது இன்னும் முப்பது நாட்கள் தான் இருக்கிறது என்று வருந்தவா. ஒன்றும் புரியவில்லை. பத்தாண்டுகள் உழைத்ததற்கு முப்பது நாட்கள் கெடு. நல்லது என்று நினைத்துக்கொண்டேன். எப்போதோ படித்தது நினைவிற்கு வந்தது. கப்பலில் வேலை செய்யும் அடிமைகள் இறந்துவிட்டால் அப்படியே கடலில் எறிந்துவிட்டு தொடர்ந்து வேலை செய்வார்கள். அவர்களுக்கு யார் செத்தாலும் வேலை மட்டும் பாதிக்கக்கூடாது. அவர்களின் பார்வையில் அவர்கள் மிகவும் நியாயமாக நடந்துகொண்டதாக சொல்லிக்கொள்வார்கள். ஏன் இப்படியானது என நினைத்து மேலும் காலத்தை வீணாக்க விரும்பவில்லை. அடுத்த வேலையைப் பார்க்க வேண்டும். பெரிய திரையின் வெளிச்சம் தொந்தரவு தரக்கூடியதாக இருக்கவே அதை அணைத்துவிட்டு சிறிய கணினியை எடுத்து எனது மின்னஞ்சல்களைப் பார்வையிட தொடங்கினேன். சற்றுமுன் சொன்னதையே அவர் மின்னஞ்சலிலும் அனுப்பியிருந்தார். நீண்ட நாட்களாக தூங்கிக்கொண்டிருந்த எனது சுயவிவரங்களை புதுப்பித்து அனைத்து முக்கிய வேலை தேடும் தளங்களிலும் பதிவிட்டுவிட்டு எனது காலைக் கடன்களை முடிக்க எழுந்து சென்றேன். முப்பது நாட்கள் கெடு சில நிமிடங்களுக்கு முன்பிருந்தே தொடங்கியிருந்தது.

என்னை முழுவதும் தயார்படுத்திகொண்டு மீண்டும் கணினியுடன் இணைந்தேன். மின்னஞ்சல் எந்தச் சலனமுமின்றி இருந்தது. அப்படியே யோசனையில் ஆழ்ந்தேன். தெரிந்த நண்பர்கள் எங்கெல்லாம் இருக்கிறார்கள் என்று யோசித்தேன். அவர்களில் யாரெல்லாம் உதவுவார்கள் என்று பட்டியலிட்டேன். பட்டியல்

கிட்டத்தட்ட பூஜ்ஜியத்தில் வந்து நின்றது. சரி கொஞ்சம் வெளியே சென்று எதாவது சாப்பிட்டுவிட்டு வரலாம் என்று புறப்பட்டேன்.

எனது தலைக்கு மேலே அந்தரத்தில் நான்கு ரயில்கள் வெவ்வேறு திசையில் சென்றுகொண்டிருந்தன. ஆனால், உண்மையில் எனது தலைக்கு மேலே ரயில் போக்குவரத்துக்காக ஏழு அடுக்குகள் இருந்தன. இத்தனை அடுக்குகள் மற்றும் கட்டடங்களைத் தாண்டி நான் இருக்கும் பாதாளப்பகுதிக்கு சூரிய வெளிச்சம் வருவது வெகு அபூர்வமானது தான். நல்ல கோடைக்காலத்தில் மட்டுமே அது சாத்தியப்படும். மழை மற்றும் குளிர் காலம் முழுக்க மின்வெளிச்சம் மட்டும் தான். மழை என்பது பெரும்பாலும் வெறும் தூறல்தான்.

எனக்கு இப்போது வெளிச்சம் தேவைப்பட்டது. அது எனது மனநிலையை மாற்றும் என்று நினைத்தேன். ஆனால், ஏழு அடுக்குகள் தாண்டி மேல் நகரத்திற்கு செல்ல மனம் ஒப்பவில்லை. இப்போதிருக்கும் நிலையில் எதற்காகவும் வீணாக செலவு செய்ய விரும்பவில்லை. மலிவான உணவைச் சாப்பிட்டேன். உணவு விடுதிக்கு வெளியே ஒரு சிறுவன் தனது நாயுடன் நின்றுகொண்டிருந்தான். நான் சாப்பிடுவதையே பார்த்துக் கொண்டிருந்தான். அவன் பிடித்திருந்த கயிறை விட்டாலும் கூட அந்த நாய் எங்கும் ஓடாது. அதன் உடல் அவ்வளவு நலிந்துபோய் காணப்பட்டது. சாப்பிட்டுவிட்டு ஒரு ரொட்டி பாக்கெட்டை வாங்கிக்கொண்டுபோய் அவனிடம் கொடுத்தேன். அவன் அதை வாங்கிக்கொண்டான். அந்த நாயின் கண்களில் சிறிது வெளிச்சம் தோன்றி மறைந்தது. ஆனால், அவன் முகத்தில் எந்த மாற்றத்தையும் காண முடியவில்லை. இதில் நீ பெருமைப்பட்டுக்கொள்ள ஒன்றுமில்லை. நான் இவ்வாறு இருப்பதற்கு நீங்கள் தான் காரணம் என்பது போல் அவன் உடல்மொழி இருந்தது. இந்தச் சமூகத்தை நினைத்து வெறுப்புடன் மீண்டும் எனது சிறைக்குச் சென்றேன். ஜன்னல்கள் இல்லாத வீடு எப்போதும் சிறைதான்.

எனது உள்பெட்டியில் ஒரு மின்னஞ்சல் வந்திருந்தது. திறந்து பார்த்தேன். நிச்சயம் நான் இதை எதிர்பார்க்கவில்லை. ஏதாவது ஒரு சிறு நிறுவனத்தில் குறைந்த ஊதியத்தில் ஒரு வேலை கிடைக்கும் என்றுதான் நம்பினேன். ஆனால், அழைப்பு வந்திருப்பதோ மிகப்பெரிய நிறுவனத்திலிருந்து. ஏழு தளத்திற்கு மேலே இருக்கும் பெருநகரத்திலிருந்து. வெளிச்சம் அழைக்கிறது.

வருவதாக பதில் சொல்லிவிட்டு சிறிய திரையை அணைத்துவிட்டு பெரிய திரையை இயக்கினேன்.

***

கண்ணாடி வழியாக வெளிச்சம் ஊடுருவிக்கொண்டிருந்தது. அந்த அறையில் என்னைத்தவிர வேறு யாருமில்லை. அதுவே எனக்குச் சற்று ஆறுதலாக இருந்தது. இப்படித்தான் இந்த மனம் அவ்வப்போது நான் ஒரு அற்பமானவன் என்று நிரூபிக்கும். தேர்வின் முதற்கட்டமே காத்திருத்தல் தான் என்று எனக்குத் தெரியும். நான் கூட பலரை இவ்வாறு காக்கவைத்திருக்கிறேன். பொறுமையில்லாதவர்கள் திறனற்றவர்கள் என்ற எண்ணம் எனக்கு உண்டு. ஆனால், காத்திருப்பது என்பது எத்தனை கடினமானது என்றும் எனக்கு தெரியும். அந்த நேரத்தில் இந்த மனம் போடும் ஆட்டம் சாதாரணமானதல்ல. அது ஒரு பெண்டுலத்தைப் போல இந்த மூலையிலிருந்து அந்த மூலைக்கு நிற்காமல் ஆடக்கூடியது. அதன் ஆட்டத்தின் காரணமாக அமைதியாக உட்கார்ந்திருக்கும் போதே வியர்த்துக்கொட்டும். மூச்சு வாங்கும். அப்போது அந்தக் கணத்தில் எனக்கு தோன்றியது 'மனம் தான் மனிதனை ஆட்டிப்படைக்கும் சாத்தான்' என்று.

நீண்ட நேரத்திற்கு பிறகு அந்த அறையின் ஏதோ ஒரு மூலையில் மறைக்கப்பட்டிருந்த ஸ்பீக்கரிலிருந்து ஒரு இயந்திரக்குரல் என்னை அழைத்தது. அங்கிருந்து வேறு ஒரு அறைக்குச் சென்றேன். என் முன்னே ஒரு பெரிய திரை உயிர்ப்புடன் இருந்தது. அதில் வெல்கம் என்று ஆங்கிலத்தில் இருந்தது. நான் தயங்கியவாறே அந்த திரையின் எதிரில் இருந்த நாற்காலியில் உட்கார்ந்தேன். திரையில் யாராவது தோன்றி பேசுவார்கள் என்றே எதிர்பார்த்தேன். அது எந்நேரமும் நடக்கலாம் என்பதால் விரைப்பாக திரையைப் பார்த்தவாறே இருந்தேன். சட்டென திரையில் ஒரு இயந்திர உருவம் தோன்றியது. அதன் கண்கள் என்னை முழுவதும் ஆராய்ந்துகொண்டிருப்பதுபோல் எனக்குத் தோன்றியது. திடீரென்று இயந்திரத்தின் கண்கள் கறுப்பு நிறத்திலிருந்து சிவப்பு நிறத்திற்கு மாற, திரையின் இடது மூலையில் 'ரெக்கார்டிங்க்' என்று விட்டு விட்டு மின்னியது. அந்த இயந்திர உருவம் என்னிடம் இவ்வாறு கூறியது.

"உங்களின் ஒவ்வொரு பதிலிலும் உண்மையை மட்டுமே எதிர்பார்க்கிறோம். உங்கள் ஒவ்வொரு அசைவும் பதிவு

செய்யப்படுகிறது. அதனால் நன்கு யோசித்து பதிலளிக்கவும். அதே நேரம் உங்களின் ஒவ்வொரு பதிலையும் நீங்கள் பத்து வினாடிகளுக்குள் சொல்ல ஆரம்பித்திருக்க வேண்டும். அல்லாதபட்சத்தில் நீங்கள் சொல்லும் பதில் பொய்யெனவே கருத வாய்ப்புண்டு" என்று சொல்லிவிட்டு அந்த இயந்திர உருவம் தன் கேள்விகளைத் தொடுக்கத் தொடங்கியது.

நான் என்னைத் தயார்படுத்திக்கொண்டேன். கிட்டத்தட்ட பதினைந்து கேள்விகள். அனைத்திற்கும் சரியான காலக்கெடுவிற்குள் தயக்கமின்றி சொன்னேன். உள்ளுக்குள் ஒருவிதப் பதட்டம் உருவாகியிருந்தாலும் அதை முயன்ற அளவிற்கு வெளிக்காட்டிக்கொள்ளாமல் இருந்தேன். பிறகு அடுத்த அறைக்கு அழைத்துச் செல்லப்பட்டு எனது கை ரேகைகள், கண் பதிவுகள், ரத்த மாதிரி மேலும் எனது சமூக வலைதள கணக்குகளையும் கொடுத்தேன். அவர்கள் என்னை வேறு ஒரு தளத்திற்கு அழைத்துச் சென்று உண்ண உணவுக் கொடுத்தார்கள். நல்ல சுத்தமான ஆரோக்கியமான உணவு. நான் சற்று நேரம் அந்த உணவையே பார்த்துக்கொண்டிருந்தேன். எனக்கு அந்த சிறுவனும் அந்த நாய்க்குட்டியும் தோன்றி மறைந்தார்கள். அந்த சிறுவனின் அலட்சியமும் அந்த நாயின் பரிதாபகரமான முகமும் என் முன் இருக்கும் உணவை வெறுக்கும் படி செய்தது. நான் சாப்பிடாமல் அப்படியே அமர்ந்திருந்தேன். எனது பார்வை உணவின் மீது இருந்தாலும் எனது நினைவுகள் இலக்கில்லாமல் அலைந்துகொண்டிருந்தது. காலம் முழுக்க இந்த பூமி தன்னைத் தானே மாற்றியமைத்துக் கொண்டிருக்கிறது. மனிதன் அவன் தேவைக்கேற்ப அதை வடிவமைத்துக் கொண்டிருக்கிறான். ஆனால், இவர்கள் ஒருவேளை உணவிற்காக ஏங்கிக்கொண்டிருக்கும் இந்த மக்களை மட்டும் முன்னேற்ற இயலாமலேயே இருக்கிறார்கள் அல்லது அதற்கு விருப்பமில்லாமல் இருக்கிறார்கள். நான் என்னென்னமோ யோசித்துக்கொண்டிருக்கும் போது எனது தோளின் மீது ஒரு கை விழுந்தது. திரும்பிப் பார்த்தேன். ஒரு பெண் சிரித்துக்கொண்டிருந்தாள். அவள் உடை, உடல் மொழி அனைத்தும் அவள் ஒரு உயரதிகாரி என்று சொல்லாமல் சொல்லியது. நான் உடனே எழுந்து நின்றேன். அவள் மெல்ல சிரித்துக்கொண்டே, "இந்த சமூகத்தைப் பற்றி அப்பறம் சிந்திக்கலாம், முதலில் சாப்பிடுங்கள்..." என்றாள்.

எனக்கு ஆச்சயர்மாக இருந்தது. சொல்லிவிட்டு அவள் தனது கையிலிருந்தக் கோப்புக்களை சரிபார்த்துக்கொண்டே அந்த அறையை விட்டு வெளியேறினாள். நான் யோசனையினூடே சாப்பிட்டு முடித்தேன். என்ன செய்வதென்று தெரியாமல் மீண்டும் அதே சாப்பிடும் மேஜையிலேயே உட்கார்ந்தேன். சிறிது நேரத்திற்கு பிறகு அவள் வந்தாள். நான் எழுந்து நின்றேன். என்னைக் கடந்து எதிர் திசையில் சென்றாள். என்னைக் கடக்கும் போது எனக்கு மட்டும் கேட்கும்படி 'போகலாம்' என்றாள். நான் அவசரமாக அவளைப் பின் தொடர்ந்தேன். அவள் என்னை வேறு ஒரு அறைக்கு அழைத்துச் சென்றாள். அங்கே ஒரு மேஜை எதிரெதிரே இரண்டு நாற்காலிகள். அவள் ஒன்றில் அமர்ந்துகொண்டு, இன்னொன்றில் என்னை உட்காரச் சொல்லி சைகை காட்டினாள். நான் உட்கார்ந்துவிட்டு அந்த அறையைச் சுற்றிப் பார்த்தேன். சுற்றிப் பார்க்கும்படி அந்த அறையில் எதுவும் இல்லாததால் அவளைப் பார்த்தேன். அவள் என்னையே பார்த்துக்கொண்டிருந்தாள்.

ஆதிகாலத்திலிருந்து கேட்கப்படும் அதே கேள்வியிலிருந்து தொடங்கினாள், "உங்களைப் பற்றிச் சொல்லுங்கள்."

"இப்போதிருக்கும் நிலையில் என்னைப் பற்றி எனக்குத் தெரிந்ததை விட உங்களுக்கு தான் அதிகம் தெரியும்" என்று சொல்லிவிட்டு லேசாக சிரித்தபடி அவள் கண்களை உற்றுப் பார்த்தேன். அவளும் எனது கண்களை மட்டுமே பார்த்துக்கொண்டிருந்தாள். பிறகு சட்டெனச் சிரித்தவள் "நீங்கள் சொல்வது உண்மைதான்" என்றாள். அதன் பிறகு அவள் கோப்புகளோடு சேர்த்து வைத்திருந்த மிக மெல்லிய கணினியை உயிர்ப்பித்து ஏதோ விபரங்களை நோட்டமிட்டுக்கொண்டிருந்தாள். எனக்கு வேறு எந்த வழியும் இல்லாததால் அவளையே பார்த்துக்கொண்டிருந்தேன். பிறகு அவளது இயந்திர விழிகளை திரையிலிருந்து நகர்த்தி என்மீது நிலைநிறுத்தினாள். அவளது கருவிழிகள் நங்கூரமிட்ட கப்பல் போல் அசைவற்று என்மீதே நிலைத்திருந்தன.

"உங்க ரிசலட்ஸ் வந்துடுச்சி. நீங்க இந்த வேலைக்கு ஏத்தவர் என்று தான் எங்கள் நிறுவனம் கருதுகிறது."

எனக்கு இப்போது தான் விடுதலையுணர்வு ஏற்பட்டது. நான் லேசாகச் சிரித்துவிட்டு "நன்றி" என்றேன். அதன் பிறகு அவள் நிறுவனத்தைப் பற்றி முழுவதுமாக விளக்கிவிட்டு, அதில் எனது

வேலை பற்றியும் எனது ஊதியம் பற்றியும் சொன்னாள். எனது ஊதியத்தைப் பற்றி அவள் சொன்னதும் நான் கிட்டத்தட்ட மயக்க நிலைக்கே சென்றேன். நான் இப்போது வாங்கிக்கொண்டிருக்கும் ஊதியத்தை விட பத்து மடங்கு அதிகம். இவ்வளவு ஊதியத்திற்கு பின் ஒரு ரகசியம் இருக்குமென்று நம்பினேன். அவள் மெல்ல மெல்ல அந்த ரகசியத்தை நோக்கி நகர்ந்துகொண்டிருப்பதையும் நான் உணர்ந்தேன்.

“எனி டவுட்ஸ்” என்றாள்.

நான் எதுவுமில்லை என்றேன். அவளே விஷயத்திற்கு வருவாள் என்று நம்பினேன்.

“அண்ட் ஃபைனலி...”

‘வந்துவிட்டாள்’ என்று எனக்குள் சொல்லிக்கொண்டேன்.

“உங்களப்பத்தி எங்க டீம் டீப்பா அனெலிஸிஸ் பண்ணதுல நீங்க எப்ப வேணும்னாலும் எங்களுக்கு எதிரா மாற வாய்ப்பிருக்குன்னு நெனைக்கறாங்க.”

இதைக் கேட்டதும் நான் உண்மையில் அதிர்ந்துதான் போனேன். அதை வெளிக்காட்டிக்கொள்ளாமல் இருக்க முயற்சித்தேன். ஆனால், அந்த இயந்திரக் கண்களுக்கு முன்னால் அது சாத்தியமில்லை என்றே தோன்றியது. அமைதியாக “புரியல” என்றேன்.

அவள் லேசாகப் புன்னகைத்தாள். அதில் ஒரு கேலி ஒளிந்திருப்பதாகத் தோன்றியது.

“என்ன சொல்ல வரீங்க” என்றேன்.

“உங்க சோஷியல் மீடியா அகௌண்ட்ஸ், உங்களுடைய கடந்தகால செயல்பாடுகள் மற்றும் உங்க மரபணு சோதனை எல்லாம் பாத்ததுல நீங்க இங்க வேலை செஞ்சிகிட்டே எங்களுக்கு எதிரா எப்ப வேணும்னாலும் திரும்பலாம்னு நாங்க கணிக்கிறோம்.”

நான் அமைதியாக எழுந்தேன்.

“ஏன் எழுந்திருக்கறீங்க?”

“வேலை இல்லன்னு நீங்க நாசூக்கா சொல்லிட்டீங்க. அப்பறம் என்ன?”

“நான் அப்படி சொல்லவேயில்லையே...”

நான் மீண்டும் எனது இருக்கையில் உட்கார்ந்தேன். இந்த முறை சாயாமல் நுனி நாற்காலியில் தயங்கியவாறே.

“நான் இத ரொம்ப காம்லிகேட் பண்ண விரும்பல. தெளிவா சொல்லிடறன். நாங்கள் ஒரு சோதனை முயற்சிய ஆரம்பிச்சிருக்கோம். உங்களுக்கு நிச்சயம் இங்க வேலை உண்டு. ஆனா சில நிபந்தனைகளுக்கு நீங்க உடன்படணும். உண்மைய சொல்லனும்னா உங்களுக்கு அதிகபட்சமான ஊதியத்தை கொடுக்க நாங்க முன்வரதுக்கும் அதான் காரணம். அதுமில்லாம உங்கள உங்க நிறுவனத்துலருந்து துரத்திட்டாங்கன்னும் எங்களுக்குத் தெரியும்.” அவள் கடைசி வரியை சொல்லும் போது அவள் குரலில் ஒரு கிண்டல் தொணி இருந்தது.

நான் அவளை உற்றுப் பார்த்தேன். மெல்ல, “என்ன நிபந்தனை” என்றேன்.

“சிம்பிள். எங்க டீம் உங்க மரபணுவுல ஒரு சின்ன மாற்றம் செய்யப் போறாங்க. அதாவது இதுவரைக்கும் உங்க சிந்தனையில இருக்கற சமூகத்தின் மீதான கோபம், கார்ப்பரேட்கள் மீதான வெறுப்பு, உங்களோட எதிர்ப்பு நிலைப்பாடு இதெல்லாம் கொஞ்சம் குறைக்க அல்லது அடியோட இல்லாம செய்ய. இது ஒரு சோதனை முயற்சி.”

“எதுக்காக இந்த சோதனைன்னு தெரிஞ்சிக்கலாமா?”

“நான் அதெல்லாம் சொல்லக்கூடாது. இருந்தாலும் மேலோட்டமா சொல்றேன். எங்களுக்கு உண்மையிலேயே நிறைய நோக்கமும் அதற்கான செயல் திட்டமும் இருக்கு. நாங்க அத நோக்கி வேகமாக செயல்பட விரும்பறோம். ஆனால், எங்களுக்கு இந்த ஊழியர்களோட பிரச்சனைகள் மற்றும் அவர்களோட தேவைகள், எதிர்பார்ப்புகள் ரொம்பத் தடையா இருக்கு. அவர்களோட எதிர்ப்பு, கோவம், சதிகள், மனிதத் தன்மை அது இதுன்னு அவங்கள பத்தியே நாங்க எங்க பாதி நாட்கள் செலவிடறதுல எங்களோட செயல்திட்டத்தின் மீது சரியா கவனம் செலுத்த முடியல. இது சாதரணமான ஒரு பிரச்சனையா உங்களுக்கு தோன்றலாம். ஆனா உண்மையில் காலங்காலமா முதலாளிக்கு இருக்கற பெரிய பிரச்சனையே இதுதான். ஆரம்பத்துலருந்தே எல்லா முதலாளிகளுக்கும் இத எப்படி ஒழிக்கறதுங்கறது தான்

பெரிய பிரச்சனையா இருந்துட்டு வருது. இப்போ ஒரு வழி கிடைச்சிருக்கு. ஒரு சின்ன சோதனை. வெற்றிபெற்றா இது இந்த உலகம் முன்னேற ஒரு புது கதவத் திறக்கலாம்."

சர்வ நிச்சயமாக எனக்கு ஒன்றுமே புரியவில்லை. ஆனால், ஒன்று மட்டும் நிச்சயம். வழக்கம்போல் இவர்களுக்கு அடிமைகள் வேண்டும். ஆனால், அவர்களிடத்தில் எந்த சலசலப்பும் இருக்கக்கூடாது. நான் ஒரு முடிவு எடுத்தாக வேண்டிய கட்டாயத்தில் இருக்கிறேன். நிச்சயம் நான் அதற்கு ஒப்புக்கொள்ளக் கூடியவன் இல்லை. அது அவர்களுக்கும் தெரியும். நான் எனது தலையை வேகமாக முடியாது என்பது போல் ஆட்டினேன். அதைப் பார்த்ததும் அவள் நன்றாகச் சிரித்தாள்.

நான் "என்ன" என்றேன்.

"முடியாதுன்னு சொல்லக்கூடிய நிலையில நீங்க இப்போ இல்ல. நீங்க முடியாதுன்னு சொன்னா நேரா ஜெயிலுக்குத்தான் போகனும்."

நான் அதிர்ச்சியாகவும் புரியாமலும் அவளைப் பார்த்தேன்.

"நீங்க உங்க நிறுவனத்தால நீக்கப்பட்டிருக்கீங்க. அந்த விஷயத்த எங்ககிட்ட மறச்சிருக்கீங்க. அதாவது பொய்யான தகவலக் கொடுத்து நீங்க வேலையில் சேர முயற்சி செஞ்சிருக்கீங்க. அது ஒன்னே போதும் உங்கள உள்ளே தள்ள."

"நான் இன்னும் நீக்கப்படல, எனக்கு நேர அவகாசம் தந்திருக்காங்க."

"ஆனா நீங்க நீக்கப்பட்ட கடிதம் உங்களுக்கு வந்துடுச்சில."

நான் அமைதியாக இருந்தேன்.

"நீங்க பயப்பட வேண்டாம். உங்களுக்கு இனி எந்த பிரச்சனையும் வராது. உங்களுக்கு பணிபாதுகாப்பு, சலுகைகள் என எல்லாமும் வழக்கத்துக்கு மாறவே இருக்கும். தைரியமா சைன் பண்ணுங்க."

நான் எதுவும் பேசாமல் ஒரு இயந்திரத்தைப் போல அவள் சொன்னதையெல்லாம் செய்தேன். அதன் பிறகு நான் அவர்களின் ஒரு சோதனை எலியாக மாறினேன்.

***

அனைத்தும் முடிந்து ஒரு வருடம் ஆகிறது. நான் அங்கு தான் பணியில் இருக்கிறேன். ஆனால், அவர்கள் செய்த மரபணு சிகிச்சையின் மூலமாக என்னுள் என்ன நிகழ்ந்தது என்று என்னால் நிச்சயமாகச் சொல்ல முடியவில்லை. நான் அப்படியேதான் இருக்கிறேன். இந்தச் சமூகத்தின் மீதான என் கோபம் அப்படியேத்தான் இருக்கிறது. நான் இன்னும் அவர்களை வெறுத்துக்கொண்டு தான் இருக்கிறேன். நான் அவளிடமே இதை கேட்டுவிட முடிவு செய்தேன். ஒரு அமைதியான பிற்பகலில் அவளது அறையில் சந்தித்து அவளிடமே இதைக் கேட்டேன். அவள் நன்றாகச் சிரித்தாள். பிறகு என்னை உற்றுப் பார்த்தபடி என்னிடம் கேட்டாள், "இந்த சிகிச்சைக்கு முன்னாடி இப்படி தோணும் போது என்ன செய்வீங்க?"

நான் சற்று யோசித்துவிட்டு, "யாரிடமாவது பேசுவேன். சமூக வலைதளத்தில் எழுதுவேன். அதைச் சார்ந்து எதாவது ஒரு போராட்டம் நடந்தால் அதில் கலந்துகொள்வேன்" என்றேன்.

"இப்போது?"

"இப்போது... இவை எதையும் நான் செய்வதில்லை."

"ஏன்?"

"ஏனென்றால்... ஏனென்றால்... உண்மையில் எனக்கு அச்சமாக இருக்கிறது. இதற்கு முன்பு என்னிடம் இல்லாத அச்சம். உங்களுக்கு எதிராக ஏதாவது நினைத்தால் அது தன்னால் உருவாகிறது. வேர்க்கிறது. கை காலெல்லாம் நடுங்குகிறது. அச்சம் அச்சம் அது மட்டும் தான் இன்னும் மிச்சமிருக்கிறது."

அவள் சிரித்தாள்.

நான் அமைதியாக எழுந்து எனது வீட்டிற்குப் புறப்பட்டேன். வீட்டின் அருகே இருந்த உணவகத்தில் சென்று சாப்பாட்டை ஆர்டர் செய்துவிட்டு காத்திருந்தேன். கண்ணாடிக்கு வெளியே ஒரு நாய் என்னையே பார்த்துக்கொண்டிருந்தது. அந்தச் சிறுவன் இல்லை. ஒருவேளை இது வேறு ஒரு நாயாகக்கூட இருக்கலாம். அதன் கண்களில் தேங்கியிருக்கும் பசியை என்னால் உணரமுடிந்தது. சட்டென எழுந்து வேகமாக ஒரு ரொட்டியை வாங்கிக்கொண்டு போய் அதன் அருகில் அமர்ந்து ரொட்டியைப் பிய்த்து அதற்குக் கொடுத்தேன். ஒருகணம் எனது செயலைக் கண்டு

அஞ்சி பின்வாங்கி பிறகு ரொட்டியை சாப்பிட்டது. மரபணு மாற்றப்பட்ட விதைகள் கொண்ட இந்த உடலில் இன்னும் மனிதத் தன்மை சாகவில்லை என்பது மட்டும் இப்போதைக்கு என்னால் உறுதி செய்துகொள்ள முடிந்தது. ஆனால், அதுவும் இன்னும் எத்தனை காலத்திற்கு என்று தெரியவில்லை. ரொட்டியை சாப்பிட்ட நாய் எனது முகத்தைப் பார்த்துக்கொண்டு தனது வாலை ஆட்டியது. அது என்னுடன் இருந்தால், ஒருவேளை இந்த மிருகங்களிடமிருந்து என்னைக் காக்கும் என்று தோன்றியது. அதைத் தூக்கிக்கொண்டு வீட்டை நோக்கி நடந்தேன்.

✦ ✦ ✦

இரவுக்காட்சி

"இன்னும் எவ்ளோ நேரம் இருக்குது?"

"பெரிய படம்பா... ஒன்னாயிடம்."

"மணி இப்போ இன்னா ஆவுது?"

"பதினொன்னே முக்கா" என்று சொல்லிவிட்டு தனது ஆட்டோவின் முன் சீட்டிலிருந்து பின் சீட்டிற்கு வந்து சாய்ந்து படுத்துக்கொண்டான் கணபதி.

"இன்னாபா படுத்துட்ட" என்றான் முஸ்தபா.

"பின்ன, படம்வுட்டா தான் சவாரி வரும். அதுவரிக்கும் இன்னா பன்றது. கொஞ்சம் கட்டய நீட்டுவோம்."

"ம்... சரிதான்."

கணபதி படுத்துக்கொண்டே தன் கால்களுக்கு நேராக இருந்த அந்த சினிமா பேனரைப் பார்த்துக் கொண்டிருந்தான். திடீரென்று அவனுக்கு சிரிப்பு வந்தது.

"இன்னாப்பா?"

"இல்ல இந்தாளு இன்னா பேச்சி பேசனான். அத்த நெனச்சேன் சிரிப்பு வந்துடுச்சி."

"ஆமா அவன் மட்டுமா பேசறான். இதோ பாலாஜி தேட்டருல ஓடுதே ஒரு படம். அதுல ஒருத்தன் வரானே அவன் பேசாத பேச்சா. இப்புடி பேசி பேசியே எத்தினி பேரு காணாம போயிகிறானுங்க. அவனுங்கள பாத்துக்கூட இதுங்க திருந்த மாட்டேங்குதுங்க."

"இன்னாவோ... ம்..."

முஸ்தபா தொடர்ந்து ஏதேதோ சொல்லிக்கொண்டிருந்தான். 'ஸ்டாண்டில் ஒரு டிரைவரின் மனைவி ஓடிப்போனதைப் பற்றி, ஆட்டோவில் ஒரு குடும்பம் வைத்துவிட்டு போன பணத்தை சரியாக திரும்பக் கொடுத்த ஒரு டிரைவரைப் பற்றி, அவன் குடும்ப கஷ்டங்களைப் பற்றி, வருமானத்தைப் பற்றி' என அவன் பேசிக்கொண்டே நேரத்தைக் கடத்தினான்.

கணபதி பதிலேதும் பேசவில்லை. அங்கே கணபதியின் ஆட்டோவைத் தவிர இன்னும் இரண்டு ஆட்டோக்கள் இரவுக்காட்சி முடிய எதாவது சவாரி கிடைக்குமென காத்திருந்தன. சுத்தமாக காற்றே வரவில்லை. அருகிலிருந்த ரோட்டுக்கடைகள் ஒவ்வொன்றாக மூடிக்கொண்டிருந்தனர். எச்சி இலைகளை மேய்ந்து கிடைத்தவற்றை தின்றுவிட்டு அவ்வப்போது கடந்து செல்பவர்களைப் பார்த்து குரைக்கலாமா வேண்டாமா என்று சில நாய்கள் யோசித்துக்கொண்டும், சில நாய்கள் உடனடியாக குரைப்பதுமாக இருந்தன. கணபதி சற்று கண்களை மூடினான். சுற்றிக் கேட்டுக்கொண்டிருந்த சிறு சிறு ஒலிகள் மெல்ல அடங்கத் தொடங்கின. தான் மெல்லத் தூக்கத்தில் மூழ்கிக்கொண்டிருக்கிறோம் என்று அவன் உணரவேயில்லை. எவ்வளவு நேரமானது எனத் தெரியவில்லை. திடீரென்று முஸ்தபா அவனை வேகமாக எழுப்பினான், "வுட்டாங்க பாரு... வுட்டாங்க பாரு..."

கணபதி எழுந்து உட்கார்ந்தான். தியேட்டரிலிருந்து மக்கள் மெல்ல வெளியே வந்த வண்ணம் இருந்தனர். கூட்டம் அதிகமில்லை. வெளியே வரும் எந்த முகத்திலும் திருப்தியில்லை. அவன் ஏற்கனவே இந்தப் படத்தைப் பார்த்துவிட்டிருந்தான். இதை ஏன் பத்து நாட்களுக்கு மேல் ஓட்டிக்கொண்டிருந்தனர் என்று அவனுக்குப் புரியவில்லை.

பெரும்பாலும் சொந்த வாகனத்திலேயே வெளியே வந்தனர். சிலர் நடந்தே பயணத்தை தொடர்ந்தனர். நாய்களின் குரைப்பொலி சற்று அதிகமானது. முஸ்தபாவிற்கும் இன்னொரு ஆட்டோவிற்கும் சவாரி கிடைக்க அவர்கள் கணபதியிடமிருந்து விடைபெற்றனர். கணபதிக்கு யாரிடமும் எதுவும் கேட்க விருப்பமில்லை. வேண்டுமென்றால் வரட்டுமெனக் காத்திருந்தான். கிட்டத்தட்ட தியேட்டரே காலியான பின் கடைசியாக அந்த

நடுத்தர வயதுப் பெண் வந்தாள். கையில் ஒரு சிறிய கட்டைப் பையை வைத்திருந்தாள். வண்ணம் மங்கிப்போன சிகப்பு சேலையும் அதற்கு சற்றும் பொருத்தமில்லாத வண்ணத்தில் ரவிக்கையும் அணிந்திருந்தாள். மாநிறம், அளவான உயரம். காலில் செருப்பில்லை. தலைவாரி பின்னப்பட்டிருந்தாலும் முன்னந்தலை லேசாக கலைந்திருந்தது. தயங்கித் தயங்கி தியேட்டரை விட்டு வெளியே வந்தவள் முதலில் எதையோ தேடினாள். பின் மெல்ல கணபதியை நெருங்கி, "ஆட்டோ வருமா" என்றாள். அவ்வளவு நேரம் கணபதி அவளைத்தான் பார்த்துக்கொண்டிருந்தான். அவள் கூப்பிட்டதும் அப்போது தான் அவளைப் பார்ப்பது போல் ஒரு பாவனை செய்துவிட்டு, "எங்க போவனும்" என்றான்.

"முருங்கம்பாக்கம்" என்ற ஊர் பெயரைக் கேட்டதும் அவனுக்கு கொஞ்சம் நிம்மதியாக இருந்தது. அவனும் அந்த ஊர்தான். இறக்கிவிட்டு வீட்டிற்குப் போகலாம் என்று நினைத்துக்கொண்டு, அவளிடம் "ஏறுங்க" என்றான். எவ்வளவு என்று அவளும் கேட்கவில்லை. இவனும் எதுவும் சொல்லவில்லை. அவள் ஏறி உட்கார்ந்ததும் ஆட்டோ ராஜா தியேட்டரிலிருந்து புறப்பட்டது. எப்போதும் வழக்கமாக நெல்லித்தோப்பு வழியாகத்தான் கணபதி போவது வழக்கம். ஆனால், இன்று ஏதோ நினைப்பில் புதுச்சேரி பழைய பஸ் ஸ்டாண்ட் வழியாக கடலூர் சாலையைப் பிடித்து போகலாம் என்று தோன்றவே அந்த வழியாக ஆட்டோவை செலுத்தினான். கடைகள் அனைத்தும் அடைக்கப்பட்டிருந்தன. அவள் பின் சீட்டில் பதட்டமாக உட்கார்ந்திருந்தாள். வண்டி நகரத் தொடங்கியதும் அவர்களின் மேல் லேசாக குளிர்ந்த காற்று பட்டது. கணபதிக்கு மொத்த தூக்கமும் கலைந்திருந்தது. அவன் அவளைப் பார்க்க நினைத்தான். ஆனால், இந்நேரத்தில் அவ்வாறு செய்வது அவள் தன்னைப் பற்றி தவறாக நினைக்கக்கூடும் என்று அவனுக்கு தோன்றவே வெறிச்சோடிக்கிடந்த சாலையைப் பார்த்தவாறு வண்டியை செலுத்தினான். ஆட்டோ அந்தோனியார் கோவிலை நெருங்கிய சமயம், "ஒரு நிமிஷம் அங்க வாழப்பழம் வண்டிகிட்ட நிறுத்தறீங்களா" என்றாள். அவனும் எதுவும் சொல்லாமல் வண்டியை நிறுத்தினான். வேகமாக கீழே இறங்கியவள் தனது ஜாக்கெட்டிலிருந்து பர்சை லாவகமாக எடுத்து பணத்தைக் கொடுத்து நாலு பச்சை வாழைப்பழத்தை வாங்கினாள். இரண்டை அங்கேயே சாப்பிட்டுவிட்டு இரண்டை பைக்குள் வைத்துக்கொண்டு மீண்டும் ஆட்டோவில் ஏறினாள்.

ஆட்டோ ஏ.எஃப்.டி. மைதானத்தைக் கூட தாண்டியிருக்காது. அவளுக்கு விக்கல் எடுத்தது. மூன்றாவது முறை அவள் விக்கும் போது அவனாகவே, "உங்க பின்னாடி தண்ணி இருக்குது எடுத்துக் குடிங்க" என்றான். முதலில் தயங்கியவள் பின் எடுத்து வயிறு முட்டக் குடித்தாள். ஆட்டோ முதலியார்பேட்டையை தாண்டியதும் அவன் அவளிடம் பேச்சுக் கொடுத்தான்.

"முருங்கம்பாக்கத்துல எங்க?"

"நீங்க போங்க. நான் வழி சொல்றன்."

"நாங்கூட முருங்கம்பாக்கம் தான்" என்றான்.

அவள் பதிலேதும் சொல்லவில்லை. தேங்காய்திட்டு அருகில் நின்றுகொண்டிருந்த போலிஸ்காரர்கள் வண்டிகளை மடக்கி செக் செய்துகொண்டிருந்தார்கள். இவன் ஆட்டோவை மடக்கியவர்கள் "எங்கப் போற" என்றனர்.

அவன் "வூட்டுக்கு" என்றான்.

வண்டியை ஒருமுறை சுற்றிப் பார்த்துவிட்டு "போ" என்றனர்.

வண்டி நகரத் தொடங்கிய சிறிது நேரத்தில் அவள், "அந்தாளு இன்னா அப்புடி மொறைக்கறான்."

"இந்நேரத்துல ஆட்டோல சுத்தினு இருந்தா, இறக்கி இன்னா ஏதுன்னு நோண்டலயேன்னு சந்தோஷப்படனும்."

அவள் எதுவும் சொல்லவில்லை. ஆட்டோ முருங்கம்பாக்கம் மெயின் ரோட்டில் இருந்த கோவிலின் அருகில் நின்றது.

"இப்பவாது சொல்லுமா, எப்படி போவனும்?"

"இப்புடி உள்ள போங்க. காமாட்சி நகர், நாலாவது கிராஸ்."

ஆட்டோ அவள் சொன்ன விலாசத்தை நோக்கி நகர்ந்தது. உள்ளே செல்லச் செல்ல மரங்களின் அடர்த்தியும், குறைவான தெரு விளக்குகளும் அவளுக்கு ஒருவித பீதியை ஏற்படுத்தியது. நகருக்குள் நுழைந்ததுமே ஒரு தெருநாய் குறுக்கே வந்து குரைக்க ஆரம்பித்தது.

"மெதுவா போங்க, நாய்ங்க ஜாஸ்தி" என்றாள். அவள் சொன்னது போலவே அவன் ஆட்டோவை மெதுவாக ஓட்டினான். இருந்தாலும் அதன் சத்தத்திற்கு அங்கொன்றும் இங்கொன்றுமாக

தெருநாய்கள் குரைத்தவாறே இருந்தன. அவன் மெல்ல அவள் சொன்ன தெருவின் அருகில் வந்ததும் அவள், "நிறுத்துங்க... நிறுத்துங்க..." என்றாள்.

அவன் பதற்றமாக வண்டியை நிறுத்திவிட்டு, "இன்னாங்க, இங்கயே எறங்கிக்கறீங்களா" என்றான். அவள் மெல்லத் தயங்கித் தயங்கி ஆட்டோவிலிருந்து இறங்கினாள்.

"ஏங்க, எனக்கு ஒரு உதவி செய்ய முடியுமா?"

"உதவியா? இன்னா உதவி?"

"ஒன்னும் இல்ல, அதோ தெரிதுல மஞ்ச கலர் பெயிண்ட் அடிச்ச வூடு, அந்த வூட்டுல லைட் எரிதா, யாருனா மூச்சின்னு இருக்காங்களான்னு பாத்துட்டு வந்து சொல்றீங்களா..?"

கணபதி அவளை சந்தேகத்துடன் பார்த்தான். "இன்னாமா, எதுனா திருட கிருட வந்துகிறியா?" என்றான் கோவமாக. உடனே அவள் அழ ஆரம்பித்தாள். சத்தம் வரவில்லையே தவிர நன்றாக அழுதாள்.

"யம்மா... யம்மா... இன்னாமா உன்னாண்ட ஒரே ரோதனயா போச்சி."

"அது என் வூடு தான். நான் காலையில் எங்கூட்டுகாருகிட்ட கோச்சிகினு வந்துட்டேன். அதான் என்ன காணோம்னு இருக்காங்களா, இல்ல நல்லா தூங்கறாங்களானு உங்கள பாக்கச் சொன்னேன்."

கணபதிக்கு என்ன செய்வதென்றே தெரியவில்லை. குழப்பமாக அவளையே பார்த்தான். அவள் நடிப்பது போல தெரியவில்லை. "செரி இங்கயே இருங்க" என்று சொல்லிவிட்டு ஆட்டோவை எடுத்துக்கொண்டு அந்த தெருவிற்குள் நுழைந்தான். மிக மெதுவாக அவள் சொன்ன வீட்டைப் பார்த்த மாதிரியே சென்றான். விளக்குகள் முழுக்க அணைக்கப்பட்டிருந்தன. யாரும் இருப்பதற்கான அறிகுறியே தெரியவில்லை. அவன் மெல்ல அந்தத் தெருமுனை வரை சென்று வண்டியைத் திருப்பிக்கொண்டு மீண்டும் அதே இடத்திற்கு வந்தான். அவள் அங்கு இல்லை. வண்டியை விட்டு இறங்கி சுற்றிச் சுற்றித் தேடினான். அவள் எங்குமே அகப்படவில்லை. மீண்டும் வந்த வழியிலேயே சென்று முருங்கம்பாக்கம் கோவில் வரை வந்துப் பார்த்தான். அவள்

எங்கே சென்றாள் என்றே அவனுக்குப் புரியவில்லை. அவனுக்கு சலிப்பாக இருந்தது. மனதிற்குள்ளாகவே "ச்சைக்" என்று சொல்லிவிட்டு அவன் வீட்டிற்குச் சென்று படுத்துவிட்டான். உடனே உறங்கியும் போனான்.

"அப்பா... அப்பா. ஏந்திரிப்பா... மணியாவுது ஏந்திரிப்பா."

காலை வெயில் ஜன்னல் வழியாக கணபதியின் பாதி உடலை ஆக்ரமித்திருந்தது. அவன் மெல்லக் கண்விழித்தான். கண்களைத் திறக்க முடியவில்லை. தூரத்தில் அவன் மகள் நின்றிருந்தாள்.

"இன்னாமா?"

"கிளம்புப்பா மணியாவுதுல்ல."

அவன் கடிகாரத்தைப் பார்த்தான். அதன் முட்கள் நகர்வதற்கான அறிகுறியே இல்லை. பிறகு மெல்லத் தலையை ஆட்டிவிட்டு அருகில் இருந்த தன் கைகடிகாரத்தில் மணி பார்த்தான். எட்டாகி ஐந்து நிமிடமாகியிருந்தது. மெல்ல எழுந்து கழிவறைக்குள் சென்று காலைக் கடன்களை முடித்துவிட்டு வெளியே வந்தான்.

"அப்பா... சூடா இட்லி இருக்குது. ஆயா வெச்சிட்டு போச்சி. சீக்கிரம் சாப்ட்டு கௌம்பு."

அவன் சிரித்துக்கொண்டு மூடிவைக்கப்பட்டிருந்த தட்டை தன் பக்கம் இழுத்துக்கொண்டு உட்கார்ந்தான். அவன் முதல் துண்டை பிய்த்து சாம்பாரில் நனைத்து தன் வாயில் வைத்து மெல்லத் தொடங்கிய நொடியில், "அப்பா..." என்றாள் அவன் மகள்.

"இன்னாமா?"

"ராத்திரி எப்போ வந்த?"

"செக்கண்ட் ஷோ முடிஞ்சதும் வந்துட்டனே."

"சவாரி எதுனா ஏத்தினு வந்தியா?"

அவன் யோசிக்காமல் "இல்லியே" என்றான்.

"அப்பா நேரா வூட்டுக்கு வராம தெருமொனையில இன்னா பண்ணினு இருந்த? எதுக்கு தெரு முக்கு வரைக்கும் போயிட்டு திரும்பி மறுபடியும் எங்கயோ போயிட்டு வந்த?"

அவன் சாப்பிட்டுக்கொண்டே பதிலளித்தான். அவன் முகத்தில் எந்த வித அச்சமோ பதட்டமோ இல்லை.

"சும்மா, தூக்கம் வரல."

"அம்மா வந்தாங்களா?"

சாப்பிட்டுக்கொண்டிருந்தவன் மெல்ல தன் தலையை உயர்த்தி மகளைப் பார்த்தான். அவள் அவனைப் பார்த்துக்கொண்டிருந்தாள். மஞ்சள் வண்ண பாவாடையும் இவனுடைய பழைய நீல வண்ணச் சட்டையையும் அணிந்திருந்தாள். இரட்டை ஜடையை முன்னால் தோள் மீது தூக்கிப் போட்டிருந்தாள். அவளுடைய நேர் பின்னால் காய்ந்த மாலைக்கு நடுவே அவன் மனைவியின் படம் தொங்கிக்கொண்டிருந்தது. சிகப்பு வண்ண சேலையும் அதற்குப் பொருத்தமில்லாத ரவிக்கையும் அணிந்து கலைந்த தலையுடன் இருந்தாள். இவனுடன் சண்டையிட்டு கோவித்துக்கொண்டு போன அன்று பேருந்தில் சிக்கி இறந்தவள்.

அவன் அந்தப் புகைப்படத்தைப் பார்த்துக்கொண்டிருந்தான். அவன் கண்கள் கலங்கிக்கொண்டிருந்தன.

"அப்பா."

அவன் சட்டென கண்களைத் துடைத்துக்கொண்டு எழுந்து சென்று கைகளைக் கழுவினான். திரும்ப வந்து தன் மனைவியின் படத்தை ஒருமுறை பார்த்தான். பின் தன் மகளிடம் "இரு இதோ கௌம்பி வரேன்" என்று சொல்லிவிட்டு உள்ளே சென்று தன் ஆடைகளை அணிந்துகொண்டு கண்ணாடியில் தன் முகத்தை ஒருமுறை பார்த்துக்கொண்டான். பாதி தலை நரைத்திருந்தது. அதைக் கைகளாலேயே கோதிவிட்டுக்கொண்டு வெளியே வந்தவன். அவன் மகள் ஆட்டோவின் பின் சீட்டில் அமர்ந்திருந்தாள். வீட்டைப் பூட்டிக்கொண்டு வெளியே வந்தவன் ஏதோ நினைத்தவாறு மீண்டும் வீட்டிற்குள் சென்று அனைத்து விளக்குகளையும் எரியவிட்டுவிட்டு மீண்டும் வீட்டை பூட்டிக்கொண்டு வந்து ஆட்டோவில் உட்கார்ந்தான்.

"ஏம்பா எல்லா லைட்டவும் போட்டு வந்த?"

"நைட் வரும்போது இருளோன்னு இருக்குது அதான்."

"ம்..."

இரவுக்காட்சி ★ 165

“போலாமா?”

“போலாம்பா.”

அவன் ஆட்டோவை இயக்கி மெல்ல தெருமுனையை அடைந்தான். ஆட்டோவின் வேகத்தைக் குறைத்து ஒருமுறை சுற்றித் தேடினான். பின் வழக்கமாகத் தான் போகும் வழியில் சென்றான். தூரத்தில் அவனுக்குத் தெரிந்த மருத்துவர் ஒருவர் நின்றுகொண்டிருந்தார். இவன் வருவதைப் பார்த்ததும் கைகளைக் காட்டி ஆட்டோவை நிறுத்தினார்.

“சார்...”

“கணபதி, வண்டி ரிப்பேரு. என்னை கொஞ்சம் கிளீனிக்ல விட்டுடறியா?”

“ஏறுங்க சார்.”

“வேற எதுனா அவசர வேலையா போறியா?”

“அதெல்லாம் ஒன்னுமில்ல சார், ஏறுங்க.”

அவர் ஏறி உட்கார்ந்ததும் கணபதி ஆட்டோவை இயக்கினான். சிறிது நேரம் அமைதியாக இருந்த மருத்துவர், “என்ன கணபதி, உடம்புலாம் பரவாயில்லையா?”

“எனக்கின்னா சார், நல்லாத் தான் இருக்கேன்.”

அவர் லேசாக சிரித்துக்கொண்டே, “என்ன இப்பவும் உன் பொண்டாட்டி உருவம் தெரிதா?”

“அவளுக்கு இன்னா சார், தெணிக்கு என்ன பாக்காம அவளால இருக்க முடியாது சார்.”

“டீரீட்மெண்ட் எடுத்துக்கன்னா கேக்க மாட்டேங்கற.”

“அத எடுத்து நான் இன்னா சார் பண்ணப் போறன் இனிமே. ஏதோ அவங்க கூட இருக்கேன். அதுவே போதும்.”

சிறிது நேர அமைதிக்குப் பிறகு டாக்டர், “உன் பொண்ணு உருவமும் தெரிதா?”

“என் ராஜாத்தி சார். என்ன வுட்டு எங்கப் போவப் போறா சொல்லுங்க. இன்னா போனவ தனியா போயி இருக்கலாம்.

இவளயும் கூட்டிகின்னு போயி சேந்தா...” அதைச் சொல்லும் போதே கணபதியின் கண்கள் கலங்கின. அவன் ஆட்டோ ஹேண்ட் பார் அருகே இருந்த சிறிய புகைப்படத்தில் சிரித்துக்கொண்டிருந்த தன் மகளை ஒருமுறை பார்த்துக்கொண்டான்.

◆ ◆ ◆